भारतीय व आंतरराष्ट्रीय विशेष दिन

नागेंद्र कणमुसे

डायमंड पब्लिकेशन्स

भारतीय व आंतरराष्ट्रीय विशेष दिन
नागेंद्र कणमुसे

Bhartiya va Antarrashtriya Vishesh Din
Nagendra Kanmuse

प्रथम आवृत्ती : ऑगस्ट, २०१६

ISBN : 978-81-8483-689-9

© डायमंड पब्लिकेशन्स

मुखपृष्ठ
शाम भालेकर

अक्षरजुळणी
मानसी घाणेकर

प्रकाशक
डायमंड पब्लिकेशन्स
२६४/३ शनिवार पेठ, ३०२ अनुग्रह अपार्टमेंट
ओंकारेश्वर मंदिराजवळ, पुणे–४११ ०३०
☎ ०२०–२४४५२३८७, २४४६६६४२
info@diamondbookspune.com

ऑनलाईन पुस्तक खरेदीसाठी भेट द्या
www.diamondbookspune.com

प्रमुख वितरक
डायमंड बुक डेपो
६६१ नारायण पेठ, अप्पा बळवंत चौक
पुणे–४११ ०३० ☎ ०२०–२४४८०६७७

देशाची सुरक्षा अबाधित ठेवण्यासाठी प्राणांची
आहुती देणारे माझे काका कै. राम कणमुसे
(माजी सैनिक) यांना समर्पित

मनोगत

दिन विशेषामध्ये काही दिवस 'विशेष दिन' म्हणून महत्त्वाचे असतात. राष्ट्रीय व आंतरराष्ट्रीय स्तरावर साजरे होणारे विशेष दिन हे वर्षभर साजरे केले जातात.

दिन विशेष व विशेष दिन यामध्ये खूप अंतर आहे. एखाद्या थोर व्यक्तीचा जन्म अथवा पुण्यस्मरण ज्या दिवशी होते तो दिवस महत्त्वाचा ठरतो. यामागे त्या व्यक्तीचे प्रचंड कार्य व कर्तृत्व असते. त्याचीच ओळख त्या व्यक्तीचे नाव घेताच होते. तशाच काही क्रांतिकारक घटना, परंपरा यांचाही ठसा त्या दिवसावर उमटलेला असतो ; परंतु, विशेष दिनात मात्र एखाद्या विशिष्ट दिवशी क्रांतिकारक घटना किंवा विधायक कार्य घडते, जी सातत्याने लोकांसमोर प्रेरणा देणारी ठरावी व त्यातून जन प्रबोधन व्हावे अशी अपेक्षा असते.

काही दिवस पूर्वापार चालत आलेले असतात, काही राष्ट्रसंघाने घोषित केलेले असतात. असे विशेष दिवस कधी राज्य स्तरावर, कधी राष्ट्रीय स्तरावर, तर कधी जागतिक स्तरावर साजरे केले जातात.

उदा. २१ जून रोजी जागतिक स्तरावर मोठ्या उत्साहात 'योग दिन' साजरा केला जातो. ४५ मिनिटे योगातून समृद्ध आरोग्याची माहिती समजते व त्यातून विकास, प्रचार व प्रसारही होतो.

असे 'विशेष दिन' साजरे करताना त्यापासून आपणास स्फूर्ती, प्रेरणा मिळावी असा मुख्य उद्देश असतो.

एक जबाबदार नागरिक म्हणून अशा सर्व विशेष दिनांचा आपणास परिचय असला पाहिजे. प्रत्येक दिवस सार्थकी लावला पाहिजे हा या पुस्तक प्रपंचामागील हेतू आहे.

खरेतर हे पुस्तक लिहिणे म्हणजे एक आव्हानच होते, कारण काही ठरावीक विशेष दिन परिपाठाला सांगण्याचा योग येत होता. इतरही विशेष दिन आहेत, हे जिज्ञासेने कळले. त्यासाठी अनेक संदर्भ, अनेक पुस्तके, जुनी मासिके, वृत्तपत्रे यातून माहिती शोधून संकलन करण्यात आले आहे.

आजच्या शालेय व महाविद्यालयीन युवा पिढीला मार्गदर्शक ठरावे असे हे पुस्तक आहे.

वाचकांनी प्रत्येक विशेष दिनांकडे जिज्ञासू वृत्तीने पाहून त्यातून प्रेरणा घ्यावी.

आजचे युग हे स्पर्धेचे युग आहे. या स्पर्धेच्या युगात स्पर्धा परीक्षेला बसू इच्छिणाऱ्या स्पर्धकांना हे पुस्तक संदर्भ पुस्तक म्हणून उपयोगी पडेल.

माझ्या ह्या पुस्तकाचे वाचन करून मला मौलिक सूचना देणारे माझे मित्र श्री. प्रकाश माने व अंकुश खरवतेकर यांचे विशेष आभार.

हे पुस्तक लिहिण्यासाठी प्रेरणा देणाऱ्या सौ. स्मिता बोरकर (सेवानिवृत्त मुख्याध्यापिका), माझे स्नेही श्री. भगवान मोटे (मुख्याध्यापक), वेळोवेळी सहकार्य करणारे माझे मित्र श्री. सदाशिव चौगुले, संजय कदम, संतोष सूर्यवंशी या सर्वांचे आभार मानले पाहिजेत. तसेच शासकीय वाचनालयातील श्री. विश्वास पिलणकर यांचा उल्लेख आवर्जून केला पाहिजे. या लेखन कार्यासाठी लागणारे संदर्भ कोश, मासिके, जुनी वर्तमानपत्रे मिळवून देण्यास त्यांनी विशेष सहकार्य केले आहे. हे पुस्तक वाचकांपर्यंत पोहोचविणारे डायमंड पब्लिकेशनचे श्री. दत्तात्रय पाष्टे यांचा मी अत्यंत ऋणी आहे.

MPSC/UPSC व इतर स्पर्धकांना हे पुस्तक निश्चितच उपयोगी पडेल अशी आशा आहे.

– नागेंद्र कणमुसे

अनुक्रम

जानेवारी

१३ जानेवारी : बालिका दिन

दि. ३ जानेवारी हा दिवस १९९५ पासून 'बालिका दिन' म्हणून महाराष्ट्रात साजरा केला जातो. सावित्रीबाई फुले यांच्या कार्यास महाराष्ट्राने दिलेली ही मानवंदना आहे.

दि. ३ जानेवारी १८३१ या दिवशी नायगाव, ता. खंडाळा, जि. सातारा येथील नेवसे पाटील यांच्या घरी एका बालिकेचा जन्म झाला आणि हीच बालिका पुढे केवळ महाराष्ट्रातील नव्हे, तर भारतातील स्त्रियांची आद्य शिक्षिका ठरली. ही बालिका म्हणजेच स्त्री शिक्षणाची सुरुवात करणाऱ्या सावित्रीबाई फुले! शिक्षणाच्या तपश्चर्येचा वसा सावित्रीबाई फुले यांनी घेतला आणि दि. १ जानेवारी १८४८ या दिवशी पुणे येथील भिडेवाड्यात मुलींच्या शिक्षणासाठी मुलींची पहिली शाळा भारतात सुरू झाली. सावित्रीबाई जन्मल्या तेव्हा पेशवाईची राजवट संपवून इंग्रजांनी पाय रुजवले होते. समाजात अनेक रूढी रुजलेल्या होत्या. जातिभेद, अन्याय, अंधरूढी, अज्ञान यांनी लोक गांजले होते. स्त्रियांची अवस्था खूपच वाईट होती. समाजाची दयनीय अवस्था झाली होती.

सन १८४०मध्ये जोतिबा फुले यांच्याशी सावित्रीबाईंचा विवाह झाला. जोतिबांना शिक्षणाची खूप आवड होती. ही आवड त्यांनी सावित्रीबाईंमध्ये रुजवली. सावित्रीबाईंनी जोतिबांकडून लेखन, वाचन, गणिताचे धडे घेऊन शिक्षणाची प्राथमिक पायरी पूर्ण केली. शेतामधील माती ही त्यांची पाटी आणि वाळकी काडी ही त्यांची लेखनसामग्री होती. लेखनसामग्रीची अडचण त्यांना भासली नाही. बुद्धिमान आणि जिज्ञासू अशा सावित्रीने अंगभूत कौशल्याने अल्पावधीतच शिक्षणाचे धडे आत्मसात केले. त्यातूनच परिस्थितीवर मात करून समाज शिक्षित करण्याचे ध्येय त्यांनी अंगीकारले.

स्त्रियांवरील अन्यायाचे मूळ तिच्या अशिक्षितपणात आहे, हे त्यांनी जाणले. स्त्रियांच्या शिक्षणात पुढील पिढीच्या शिक्षणाची बीजे असतात हे जाणले. जागरूक आणि शिक्षित स्त्रीवर समाजाची प्रगती अवलंबून असते, हे जाणले; गुलामगिरीतून सुटका करण्यासाठी स्त्रियांना, मुलींना शिक्षण दिलेच पाहिजे, असा त्यांनी निश्चय केला आणि

निर्धार अंमलात आणला.

जोतिबांनी सावित्रीच्या मनात स्त्री-शिक्षणाची ज्योत पेटवली. सावित्रीबाईंनी ती समाजविरोधाच्या तुफानी वादळवाऱ्याला न जुमानता स्थिरपणे अखंड तेवत ठेवली.

पुणे येथील भिडेवाड्यात मुलींची पहिली शाळा १ जानेवारी १८४८ला सुरू केली. तेव्हा सावित्रीबाई फक्त १७ वर्षांच्या आणि जोतिबा २१ वर्षांचे होते; पण निश्चयाचे बळ मोठे होते. त्याने कार्याचे बळ मोठे केले. या शाळेत ६ मुली होत्या. पुढील ४ वर्षांमध्ये पुणे, सातारा, नगर या जिल्ह्यांमध्ये सुमारे २० शाळा सुरू केल्या. त्यामध्ये दलितांसाठीही शाळा होत्या. प्रौढांसाठी एक शाळा सुरू केली. इंग्रज सरकारच्या शैक्षणिक धोरणावरही याचा इष्ट परिणाम झाला आणि लॉर्ड डलहौसीच्या काळात १८५४मध्ये इंग्रज सरकारच्या शैक्षणिक धोरणात स्त्री शिक्षणाचे कलम प्रथमच घातले गेले.

पहिली शाळा सुरू केली तेव्हा सावित्रीबाई स्वतःच शिकवीत. पुढे आणखी एका शिक्षकेची आवश्यकता भासू लागली. जोतिबांचे मित्र उस्मान शेख यांची बहीण फातिमा शेख यांना प्रशिक्षण देऊन शिक्षिका म्हणून तयार केले. फातिमा शेख या मुस्लीम समाजातील पहिल्या शिक्षिका! शिकवण्यास शिक्षिका असल्याने शाळांतील मुलींची संख्या वाढू लागली. सावित्रीबाई पुढे मुख्याध्यापिका झाल्या.

शाळा चालविताना सावित्रीबाई शाळेत जाऊ लागल्या की, सनातनी, गुंड लोक त्यांच्या अंगावर खडे फेकत, शेण टाकीत, थुंकत अनेक प्रकारांनी विरोध करीत; परंतु धाडसाने व स्थिरवृत्तीने, अचल राहून सावित्रीबाईंनी आपले शिक्षणाचे कार्य सुरू ठेवले.

जोतिबांनी सत्यशोधक समाजाची स्थापना केली. त्यांच्या सर्वांगीण कार्यात सावित्रीबाईंचा मोठाच वाटा आहे. मुलींच्या शिक्षणाबरोबर सावित्रीबाईंनी जोतिबांबरोबर समाजजागृतीसाठी अनेक कार्ये केली. केशवपन व सती जाणे या चालींविरुद्ध त्यांनी बंड केले. बालहत्या प्रतिबंधकगृह स्थापन केले. अनाथ बालिकाश्रम तसेच अनाथ मातांसाठी आश्रयगृह काढले. काशीबाई या विधवा स्त्रीचा मुलगा दत्तक घेऊन त्याला यशवंत केले. पुनर्विवाह, मिश्र विवाह यांना उत्तेजन दिले. जातिभेद न मानता स्वतःच्या मुलाचा (यशवंतचा) मिश्र विवाह केला.

दुष्काळामध्ये गरिबांसाठी अन्नछत्रे सुरू केली. १८९६-९७मध्ये प्लेगची साथ आली. प्लेगच्या रोग्यांसाठी सावित्रीबाईंनी दोन दवाखाने सुरू केले. त्या स्वतः रोग्यांची काळजी घेत. लोकांचे प्रबोधन करीत. त्यातच प्लेगच्या साथीत एकाला जीवन देऊ पाहणाऱ्या सावित्रीबाईंना प्लेगची बाधा झाली. १० मार्च १८९७ रोजी त्या गेल्या. ३ जानेवारी हा दिवस स्त्रियांनी वटसावित्रीच्या पूजेप्रमाणे पाळावा कारण याच माउलीने मुलींना शिक्षणरूपी दूध पाजले व भगिनींना मानाचे स्थान प्राप्त करून दिले. त्यांच्या स्मरणार्थ आजचा दिवस 'बालिका दिन' म्हणून साजरा केला जातो.

६ जानेवारी : पत्रकार दिन

मराठी वृत्तपत्राचे जनक बाळशास्त्री जांभेकर यांनी ६ जानेवारी १८३२ रोजी मराठी भाषेतील पहिले वृत्तपत्र 'दर्पण' सुरू केले. त्यांच्या या महान कार्याचा आपणास अभिमान वाटतो. ६ जानेवारीला महाराष्ट्रात 'पत्रकार दिन' म्हणून साजरा केला जातो. अशा या महान पुरुषाचा जन्म सिंधुदुर्ग जिल्ह्यातील देवगड तालुक्यात पोंगुर्ले या गावात १८१२मध्ये झाला.

वडील व्यवसायाने भिक्षुक होते. त्यांनी आपल्या मुलाला बापू छत्रे यांच्याकडे इंग्रजी शिकण्यासाठी पाठवले. नेटिव्ह इंग्रजी एज्युकेशन सोसायटीच्या इंग्रजी शाळेत दाखल होऊन अवघ्या पाच वर्षांत तिथला अभ्यासक्रम पूर्ण करून मराठी इतकेच इंग्रजी व इतर भाषांवरसुद्धा त्यांनी हुकमत मिळवली होती.

दर्पणकार आचार्य बाळशास्त्री जांभेकर यांचा जन्मदिवस 'पत्रकार दिन' म्हणून साजरा होतो. बाळ गंगाधरशास्त्री जांभेकर यांचा जन्म १८१२मध्ये पोंगुर्ले जि. सिंधुदुर्ग येथे झाला. वडिलांकडे घरीच बालपणी मराठी व संस्कृतचा अभ्यास पूर्ण करून १८२५मध्ये मुंबईत आगमन केले. एज्युकेशन सोसायटीच्या विद्यालयात पाच वर्षे अध्ययन करून तो मुलगा इतका विद्वान बनला की, विशीच्या आत प्राध्यापक म्हणून नियुक्ती होण्याचा मान लाभलेला तो पहिला भारतीय ठरला.

- महाराष्ट्रातील पहिले समाजसुधारक. त्यांनी सतीची चाल, बालविवाह, स्त्रीभ्रूणहत्या, मुलींची विक्री व समाजातील अंधश्रद्धा या गोष्टींना विरोध केला. 'बाळशास्त्री जांभेकर' हे आमचे आद्य समाजसुधारक होत.
- पहिले मराठी वृत्तपत्रकार व संपादक; त्यांनी 'दर्पण' हे वृत्तपत्र मराठी व इंग्रजी या दोन्ही भाषांत सुरू केले आणि सर्व विषयांचा संग्रह असलेले 'दिग्दर्शन' हे मासिकही.
- पहिले बहुभाषिकोविद! त्यांना मराठी, संस्कृत, बंगाली, गुजराथी, कानडी, तेलगु, फारसी, फ्रेंच, लॅटिन व ग्रीक या भाषांचे ज्ञान होते. फ्रेंच भाषेतील नैपुण्याबद्दल फ्रान्सच्या बादशहाकडून त्यांचा मानसन्मान झाला.
- पहिले अष्टपैलू पंडित. त्यांच्यात सखोल पांडित्य आणि अध्यापन पटुत्व यांचा मिलाफ होता. ते गणित व ज्योतिष यांत पारंगत होते म्हणून कुलाबा वेधशाळेच्या संचालकपदी नियुक्तीशिवाय त्यांना रसायनशास्त्र, भूगर्भशास्त्र पाशवी विद्या वनस्पतिशास्त्र, न्यायशास्त्र, इतिहास, मानसशास्त्र या विषयांचे उत्तम ज्ञान होते. त्यांचे शिष्य डॉ. दादाभाई नौरोजी म्हणतात की, बाळशास्त्री हे अतिशय बुद्धिमान,

चतुर, सालस व सुज्ञ गुरू होते. १९३४मध्ये एल्फिन्स्टन कॉलेजात गणित, वाङ्मय व विज्ञान या विषयांचे पहिले एतद्देशीय लेक्चरर म्हणून नियुक्ती. १८३२मध्ये शाळा खात्याकडून नेटिव्ह सेक्रेटरी म्हणून नियुक्ती.

- महाराष्ट्रातले पहिले इतिहास संशोधक, प्राचीन लिप्यांचा अभ्यास करून त्यांनी कोकणातील शिलालेख व ताम्रपट यांचे शोधनिबंध लिहिले.
- लोकशिक्षणाचे आद्यप्रवर्तक त्यांनी लोकशिक्षणासाठी नेटिव्ह इम्प्रूव्हमेंट सोसायटीच्या नावाची संस्था काढली. त्या दृष्टीने सार्वजनिक वाचनालये व ग्रंथालय यांचे महत्त्वही बाळशास्त्रींनी चांगले ओळखले होते. १८४५मध्ये त्यांनी 'बॉम्बे नेटिव्ह जनरल लायब्ररी' या ग्रंथालयाची स्थापना केली.
- ज्ञानेश्वरीचे आद्य प्रकाशक-ज्ञानेश्वरी मुद्रित स्वरूपात त्यांनीच प्रथम वाचकांच्या हाती दिली.
- त्यांची अनेक विषयांशी संबंध असलेली ग्रंथसंपदा, नीतिकथा, सारसंग्रह, भूगोलविद्या, इंग्लंड देशाची बखर भाग-१, भाग-२, भूगोलशास्त्र, शब्दसिद्धी निबंध, भारताचा इतिहास, भारतातील इंग्रजांचा इतिहास, इत्यादी ग्रंथसंपदा प्रसिद्ध आहेत.

वृत्तपत्र हे समाज प्रबोधनाचे फार मोठे शस्त्र आहे आणि हे शस्त्र सर्वसामान्य जनतेपर्यंत पोहचावे व त्यातून नागरिकांचे उद्बोधन व्हावे, असा त्यांचा विचार होता. लोकशिक्षण आणि ज्ञानप्रसार हे दोन उद्देश समोर ठेवून बाळशास्त्री जांभेकरांनी इ.स. १८३२मध्ये 'दर्पण' हे पहिले मराठी वृत्तपत्र सुरू करून, मराठी वृत्तपत्र व्यवसायाचा भक्कम पाया घातला. बाळशास्त्रींनी वृत्तपत्र व मासिकातून प्रामुख्याने सुधारणावादी दृष्टिकोन मांडून त्याचा पुरस्कार केला. त्यांच्या या महान कार्याचा आदर्श आजच्या वृत्तपत्र व्यावसायिकांनी ठेवावा व वृत्तपत्रातून समाज जागृतीचे कार्य करून, राष्ट्रप्रेमाची भावना रुजवावी तरच ६ जानेवारी पत्रकार दिनाचा खरा गौरव होईल.

'दर्पण' वृत्तपत्राची स्मृती चिरंतन टिकावी यानिमित्त ६ जानेवारी हा दिवस महाराष्ट्रात 'पत्रकार दिन' म्हणून साजरा केला जातो.

१२ जानेवारी : युवा दिन

१२ जानेवारी स्वामी विवेकानंद जयंती. स्वामी विवेकानंदांनी युवकांसाठी फार मोठे कार्य केले आहे. युवकांजवळ फार मोठी शक्ती असते. या शक्तीचा योग्य वापर झाल्यास प्रचंड कार्य उभे राहील, असा स्वामींना विश्वास होता. जगातील युवक विधायक

कार्यासाठी एकत्र यावेत व त्यांनी नवनवीन आव्हाने स्वीकारीत स्वतःला चांगल्या कामासाठी झोकून द्यावे. अशा या तरुण योद्धा, संन्याशाचा जन्म १२ जानेवारी १८६३ रोजी झाला म्हणून हा दिवस 'राष्ट्रीय युवा दिन' म्हणून साजरा केला जातो.

युवापिढी ही प्रत्येक देशाच्या भक्कम आधार असते. अद्वितीय कर्तृत्व गाजविण्यासाठी युवावस्था योग्य असते. सततच्या आक्रमणाने पराभूत मनोवृत्तीला गेलेल्या भारतीय समाजाला जागे करण्याचे काम करताना स्वामी विवेकानंदांनी युवकांना सतत आवाहन केले. विवेकानंदांचा उपदेश हा कालच्या आणि आजच्या नव्हे तर उद्याच्या पिढीला आवश्यक, प्रेरक असाच आहे.

विवेकानंदांच्या मुखातून निघालेले प्रत्येक शब्द, प्रत्येक अक्षर दुर्बलतेबद्दल सुस्कारे नव्हे, ती दूर सारण्याचा उपाय आहे. असे काही करा त्याला तिचे स्मरण होऊ द्या. तिचे ज्ञान द्या ''ऊठ! युद्ध कर, एक पाऊलही माघार घेऊ नकोस, हीच मुख्य गोष्ट आहे,'' असे गीता तत्त्वज्ञानच सांगणारे विवेकानंद म्हणतात, ''काही होवो; तू शेवटपर्यंत लढ. आकाशातील तारे खाली पडू देत. सारे जग आपल्या विरुद्ध उभे ठाकू दे. मरण म्हणजे केवळ वस्त्र बदलणे. त्याचे काय? तू लढ!'' तरुणाला प्रेरणा देण्यासाठी अशाच शब्दांची गरज असते; पण शब्दांनाही सामर्थ्य तेव्हाच प्राप्त होते जेव्हा ते शब्द तपस्येच्या सामर्थ्यासह व्यक्त होत असतात. कोणत्याही देशाचे भवितव्य हे त्या देशातील भावी पिढीवर, युवकांवर अवलंबून असते. शिस्त, प्रामाणिकपणा या गुणांचा आग्रह धरून समाजाच्या विकासासाठी धडपडणे, विज्ञान-तंत्रज्ञान क्षेत्रात संशोधनवृत्तीने कार्य करून, मानवी विकासाच्या नव्या वाटा तो शोधू शकतो. धाडस, हिंमत आणि यशस्वी होण्यासाठी आवश्यक असलेला निर्धार युवकांकडेच असतो. राजकीय, सामाजिक, औद्योगिक किंवा आर्थिक क्रांती घडवण्याची ताकद युवा शक्तीतच असते म्हणून ही शक्ती विधायक कार्याकडे लागावी, यासाठी सर्वांच्या एकसंघ प्रयत्नांची गरज असते. राष्ट्रीय युवा दिनाच्या निमित्ताने या विचारांचे जागरण होण्यासाठी आवश्यकता आहे. आज भारत ज्या राष्ट्रीय संकटातून मार्गक्रमण करीत आहे. संकट दहशतवाद्यांचे असो, जागतिक आर्थिक मंदीचे असो, भूकबळीची असो की, नैसर्गिक आपत्तीचे असो, भारतीय युवकांनी ताठ मानाने उभे राहून सर्व संकटांवर मात करण्यासाठी कटिबद्ध झाले पाहिजे. ''माझ्या वीर युवकांनो विश्वास असू द्या की, तुम्ही सर्व जण महान कार्ये करण्यासाठी जन्मास आला आहात.'' स्वामी विवेकानंदांनी दिलेला हा आशावाद आणि तेजस्वी विचारांचे मर्म लक्षात घेणे, ही काळाची गरज आहे. आजच्या राष्ट्रीय युवादिनी विवेकानंद जयंतीला त्यांच्या विचारांचे मनन करण्याची गरज आहे.

सत्यमेव जयते!

राष्ट्रीय एकात्मतेसाठी युवाशक्तीची गरज आहे.

वरील विचारांचे युवकांनी मनन केल्यास एक आदर्श व सुसंस्कृत समाज निर्माण होईल, यात शंकाच नाही.

१४ जानेवारी : भूगोल दिवस

पृथ्वीवरील नैसर्गिक व सांस्कृतिक पर्यावरणातील घटकांचे स्थळ व काळ सापेक्ष वितरण व त्यातील आंतरक्रिया यांचे विश्लेषण करणारे विज्ञान म्हणजे भूगोल.

भूगोलाच्या व्याख्येवरून त्याचे स्वरूप व व्याप्ती आपल्या लक्षात येते. मानव व त्याचे पर्यावरण व यांच्यातील परस्पर संबंधाचा अभ्यास हा भूगोलाचा गाभा आहे. त्यात मानव, त्यांचे पर्यावरण, त्यांचे अभिक्षेत्रीय संबंध यांचा समावेश होतो, त्यामुळे भूगोलाचे स्वरूप केवळ प्राकृतिक अथवा केवळ सांस्कृतिक घटकांशी मर्यादित नाही तर प्राकृतिक व सांस्कृतिक घटकांच्या संबंधाच्या विश्लेषणाशी निगडित आहे. अशा प्रकारे भूगोल विषयास विद्वत क्षेत्रात विशेष स्थान प्राप्त झाले आहे. प्राकृतिक विज्ञान व सामाजिक शास्त्रे यांच्यातील समन्वय साधणारे परस्पर संबंधाचा शोध घेणारे विज्ञान म्हणून भूगोल हा विषय ओळखला जातो. पृथ्वीवर दिसणाऱ्या घटकांचे वर्णन करणारी भूगोल ही ज्ञानशाखा आहे.

१४ जानेवारी हा दिवस 'भूगोल दिवस' म्हणून साजरा करण्याचा मान पुण्याचे डॉ. सुरेश गरसोळे यांना जातो. यांच्या अथक प्रयत्नांतून राज्यात १९८८ पासून 'भूगोल दिन' साजरा करण्याची प्रथा सुरू झाली.

भूगोल दिवस १४ जानेवारीलाच का? तर उत्तर गोलार्धात २१ डिसेंबर हा वर्षातील सर्वांत लहान दिवस असतो. या दिवसापासून सूर्याचे उत्तरेकडे भासमान भ्रमण (उत्तरायण) सुरू होते. १४ जानेवारीपासून हे संक्रमण दिसण्यास प्रारंभ होतो. या दिवशी सूर्य मकर राशीत प्रवेश करतो. मकर राशीतून सूर्याच्या संक्रमणाला सुरुवात होते म्हणून या दिवशी आपण 'मकरसंक्रांत' साजरी करतो. दर चार वर्षांनी लिप वर्ष येते, तेव्हा ज्या वर्षी लिप वर्ष येते. त्या वर्षी १५ जानेवारीला मकरसंक्रांत येते. जरी मकरसंक्रांत लिप वर्षात १५ जानेवारीला साजरी केली तरी 'भूगोल दिवस' हा १४ जानेवारीलाच साजरा होतो. शिवाय १४ जानेवारी १७३६ हा दिवस प्रसिद्ध खगोलशास्त्रज्ञ एडमंड हॅले यांचा स्मृतिदिवस आहे. एडमंड हॅले यांनी धूमकेतूवर सखोल अभ्यास करून संशोधन केले. त्यांच्या सन्मानार्थ धूमकेतूला हॅलेचा धूमकेतू असे नाव देण्यात आले. त्यांच्या संशोधनामुळे धूमकेतूबद्दल

असलेले अनेक गैरसमज, अंधश्रद्धा दूर झाल्या. त्याची आठवण म्हणूनही १४ जानेवारी हा दिवस भारतात नव्हे, तर जगात 'भूगोल दिन' म्हणून साजरा केला जातो. डॉ. सुरेश गरसोळे हे भूगोलाचे अभ्यासक आहेत. भूगोल पाठ्यपुस्तकात त्यांची बरीच चित्रे, नकाशे आहेत.

'भूगोल दिन' कसा साजरा कराल?

१) भौगोलिक ज्ञानस्पर्धा, प्रश्नमंजूषा आयोजित करणे.
२) भौगोलिक सहली, शिबिरे आयोजित करणे.
३) भूगोल दालन व भूगोल भवन उभारणी करणे.

२५ जानेवारी : राष्ट्रीय मतदार दिवस

भारत लोकशाही प्रधान देश आहे. जगातील सर्व देशांनी यशस्वी लोकशाही म्हणून आपल्या भारत देशाकडे पाहिले जाते. ही लोकशाही यशस्वी करण्यामागे येथील नागरिकांचा म्हणजे मतदारांचा मोलाचा सहभाग आहे. कारण मतदारच आपल्या मतदानाद्वारे लोकप्रतिनिधींची निवड करत असतात. जनतेमध्ये मतदार नोंदणी व मतदानाबाबत जनजागृती करण्यासाठी भारत निवडणूक आयोगाने सन २०११ पासून दरवर्षी २५ जानेवारी हा दिवस 'राष्ट्रीय मतदार दिवस' म्हणून साजरा करण्याबाबत घोषित केला आहे.

राष्ट्रीय मतदार दिनाच्या दिवशी मतदान केंद्राच्या ठिकाणी नव्याने नोंदणी झालेल्या सर्व मतदारांना निवडणूक छायाचित्र, मतदार ओळखपत्र व बिल्ले समारंभपूर्वक देणे हा या मागचा मुख्य हेतू आहे. १८ वर्षे पूर्ण झाल्यानंतर आपले नाव मतदार यादीत नोंदविणे आवश्यक आहे. कारण आपले नाव मतदार यादीत न नोंदविल्यामुळे संबंधित मतदार मतदानाच्या पवित्र हक्कापासून वंचित राहतात. 'मतदान करणे' हा प्रत्येक नागरिकाचा पवित्र हक्क आहे. लोकशाही प्रबळ, मजबूत व भक्कम करण्यासाठी प्रत्येकाने आपला मतदानाचा हक्क बजाविणे आवश्यक आहे. याबाबत राष्ट्रीय मतदार दिवस 'National Voters Day' कार्यक्रमांतर्गत जनजागृती करणे, पथनाट्य, लोककला, प्रभातफेरी, निबंध स्पर्धा, अशा उपक्रमांतून मतदानाचे महत्त्व जनतेला पटवून दिले जाते. देशात लोकसभा तसेच महाराष्ट्रात विधानसभेच्या निवडणुकांमध्ये मतदानाचे प्रमाण अपेक्षापेक्षा कमी असते. मतदानाच्या दिवशी सुट्टी असते. तिचा सदुपयोग मतदानाचा हक्क बजावण्यासाठी न करता पर्यटनस्थळी सहलीला जाण्यासाठी केला जातो. मतदार यादीत नावनोंदणीबरोबरच

मतदारांनी मताचा राष्ट्रीय हक्क बजावावा, यासाठी भारत निवडणूक आयोगाकडून व्यापक जनजागरण मोहीम राबविली जाते. मतदान नोंदणी अधिकारी व जिल्हाधिकारी यांच्या स्तरावर विविध उपक्रम घेतले जातात.

मतदान करणे हे राष्ट्रीय कर्तव्य आहे. ती एक सामाजिक जबाबदारी आहे. याचे भान मतदारांमध्ये निर्माण व्हायला हवे.

मतदार दिनाच्या कार्यक्रमात उपस्थित असलेल्या १८ वर्षे वयाच्या वरील सर्व मतदारांना व नागरिकांना पुढीलप्रमाणे शपथ दिली जाते, आम्ही भारताचे नागरिक, लोकशाहीवर निष्ठा ठेवून, याद्वारे प्रतिज्ञा करतो की, आपल्या देशाच्या लोकशाही परंपरेचे जतन करू आणि मुक्त निष्पक्षपाती व शांततापूर्ण वातावरणातील निवडणुकांचे पावित्र्य राखू व प्रत्येक निवडणुकीत निर्भयपणे तसेच धर्म, वंश, जात, समाज, भाषा यांच्या विचारांच्या प्रभावाखाली न येता किंवा कोणत्याही प्रलोभनास बळी न पडता मतदान करू, अशा प्रकारे शपथ दिली जाते.

भारताची राज्यघटना लिखित आहे. भारतीय राज्यघटनेला मान्यता देऊन कायद्यान्वये तिचा स्वीकार केलेला आहे. लोकांच्या प्रतिनिधींनी लोकांसाठी घटना बनविली; पण, 'अंतिम सत्ता लोकांच्या हाती आहे' म्हणजेच भारत हा सार्वभौम प्रजासत्ताक लोकशाही देश आहे. देशाची घटना २६ नोव्हेंबर १९४९ रोजी पूर्ण झाली. २६ जानेवारी १९५० पासून भारताची राज्यघटना लागू झाली. घटना समितीने ९ डिसेंबर १९४६ पासून आपले कार्य सुरू केले होते.

भारतीय राज्यघटनेची उद्देशपत्रिका घटनेचे सार आहे. लोकशाहीच्या बळकटीसाठी, राष्ट्रीय एकात्मतेसाठी साजरा होणाऱ्या राष्ट्रीय मतदार दिनाच्या उपक्रमात उत्साहाने भाग घेणे गरजेचे आहे.

२६ जानेवारी : भारतीय प्रजासत्ताक दिन

भारतात दरवर्षी १५ ऑगस्ट व २६ जानेवारी हे राष्ट्रीय सण भारतीय जनता मोठ्या उत्साहाने विविध समारंभांनी साजरी करतात.

१५ ऑगस्ट भारताला स्वातंत्र्य मिळाले म्हणून साजरा केला जातो, तर २६ जानेवारी प्रजासत्ताक दिन हा लोकशाही संविधान अमलात आले म्हणून साजरा केला जातो.

पाश्चात्त्य तज्ज्ञांनी 'भारतीय संविधान म्हणजे एक सामाजिक दस्तऐवज' अशा शब्दांत भारतीय संविधानाचा गौरव केला, तसाच तो काही भारतीय संविधान तज्ज्ञांनीसुद्धा

केला. या संविधानाचे प्रमुख शिल्पकार होते डॉ. बाबासाहेब आंबेडकर. त्यांची १९४७ साली घटनासमितीवर निवड झाल्यानंतर १५ ऑगस्ट १९४७च्या स्वतंत्र भारताच्या पहिल्या मंत्रीमंडळात देशाचे पहिले कायदामंत्री म्हणून नियुक्ती झाली. स्वतंत्र भारताचे कायदेमंत्री आणि संविधान निर्माण सभेच्या मसुदा समितीचे अध्यक्ष अशी दुहेरी जबाबदारी त्यांच्यावर होती. संविधान सभेची पहिली बैठक ९ डिसेंबर १९४६ रोजी झाली. डॉ. राजेंद्रप्रसाद हे संविधान सभेचे अध्यक्ष होते. संविधान सभेचे कामकाज त्यांच्या देखरेखीखाली पार पडले.

मसुदा समितीची पहिली बैठक ३० ऑगस्ट १९४७ रोजी झाली. या बैठकीत एकमताने डॉ. बाबासाहेब आंबेडकर यांची मसुदा समितीचे अध्यक्षपदी निवड झाली. संविधान सभेच्या कामात सुसूत्रता यावी, यासाठी वेगवेगळ्या समित्या तयार करण्यात आल्या होत्या. भारताच्या संविधान सभेत २९९ सदस्य होते. या सभासदांमध्ये सर्व जातीधर्मांचे, विविध भाषा बोलणारे व विविध व्यवसाय करणारे लोक होते.

संविधान सभेत डॉ. राजेंद्र प्रसाद, डॉ. बाबासाहेब आंबेडकर, पं. नेहरू, सरदार पटेल, मौलाना आझाद, सरोजिनी नायडू, कृपलानी, राजकुमारी कौर असे अनेक मान्यवर सदस्य होते.

मसुदा समितीचे अध्यक्ष डॉ. बाबासाहेब आंबेडकर हे होते. त्यांचा विविध देशांच्या संविधानांचा गाढा अभ्यास होता. डॉ. बाबासाहेब आंबेडकरांनी अहोरात्र अभ्यास व चिंतन करून संविधानाचा मसुदा तयार केला. डॉ. बाबासाहेब आंबेडकरांनी तयार केलेला संविधानाचा मसुदा संविधान सभेपुढे मांडण्यात आला. त्यावर कलमवार चर्चा झाली. मुळात २४३ कलमे असलेली ही घटना ३९५ कलमापर्यंत गेली व ती आठ विभागांत विभागली गेली. संविधान सभेत ७८३५ उपसूचना मांडण्यात आल्या. त्यांपैकी २४७३ सूचनांवर चर्चा झाली. त्याविषयी विचारलेल्या प्रश्नांना उत्तरे देण्याचे, तसेच संविधान सभेच्या सूचनांनुसार मूळ मसुद्यात फेरबदल करण्याचे महत्त्वाचे काम डॉ. बाबासाहेब आंबेडकरांनीच केले. भारतीय संविधानाच्या निर्मितीमधील योगदानामुळेच डॉ. बाबासाहेब आंबेडकरांना 'भारतीय संविधानाचे शिल्पकार' म्हणतात.

संविधान सभेने संपूर्ण संविधानाचा स्वीकार २६ नोव्हेंबर १९४९ रोजी केला. संविधानाच्या अंमलबजावणीसाठी २६ जानेवारी १९५० हा दिवस निश्चित करण्यात आला. संविधानाची निर्मिती करण्यास २ वर्षे ११ महिने १७ दिवस लागले, असे म्हटले जाते.

संविधानातील तरतुदींनुसार राज्यकारभार करण्यास २६ जानेवारी १९५० पासून

सुरुवात झाली. भारत प्रजासत्ताक झाला, त्यामुळे हा दिवस आपण 'प्रजासत्ताक दिन' म्हणून साजरा करतो.

भारतीय स्वातंत्र्यलढ्यातून पुढे आलेल्या स्वातंत्र्य, समानता, बंधुता, सहिष्णुता, धर्मनिरपेक्षता यांसारख्या मूल्यांचा स्वीकार भारताच्या संविधानाने केला आहे.

फेब्रुवारी

२२ फेब्रुवारी : जगभर 'चिंतन दिन' म्हणून साजरा

२२ फेब्रुवारी हा दिवस लॉर्ड बेडन पॉवेल व त्यांची पत्नी लेडी पॉवेल यांचा जन्मदिवस. त्यांनी केलेल्या कार्यामुळे हा दिवस जगभर 'चिंतन दिवस' म्हणून साजरा होतो.

कडक इस्त्री केलेला गणवेश घालून आपला मुलगा आणि मुलगी शालेय जीवनापासून शिस्तीचे धडे गिरवीत आहेत, ही गोष्ट कोणत्याही पालकांसाठी अभिमानाचीच असते. मुलांना अशा प्रकारची शिस्त लावण्यासाठी स्काउट गाईड ही चळवळ १९०७मध्ये इंग्लंडमध्ये लॉर्ड बेडन पॉवेल यांनी सुरू केली. स्काउट म्हणजे मुले आणि गाईड म्हणजे मुली. शंभरांपेक्षा जास्त देशांत ही चळवळ आजही केवळ टिकूनच नव्हे तर वाढतही आहे. सुरुवातीला फक्त मुलांना डोळ्यांपुढे ठेवून ही चळवळ म्हणजेच 'स्काउट' सुरू झाली होती. चपळता, धाडस हे गुण मुलींचे न मानले गेलेले गुण या ठिकाणी जोपासले जात असल्याने अशा प्रकारच्या चळवळीत मुलींच्या समावेशाचा विचार केला नव्हता; पण गंमत अशी की, कोणीही न बोलावता मुलींनी पूर्णपणे स्वतः पुढाकार घेऊन या चळवळीत स्वतःला सामावून घेतले. १९०२मध्ये क्रिस्टल पॅलेस या ठिकाणी पॉवेल यांनी एक 'बॉय स्काउट' मेळावा भरविला होता. त्या ठिकाणी काही मुली मुलांच्या गणवेशात आल्या. त्यांच्याकडे स्काउटचे सर्व साहित्य होते. हे काम मुलींचे नाही, असे वाटणाऱ्या पॉवेल यांना अखेरीस त्यांच्या जिद्दीपुढे हार मानवी लागली; त्यातूनच गाईड चळवळीचा जन्म झाला. त्यांनी या चळवळीची जबाबदारी आपली बहीण ॲजनीज यांच्याकडे सोपवली. पॉवेल यांच्या विवाहानंतर त्यांची पत्नी ओलेव्ह पॉवेल यांनीही या चळवळीला कायम सहकार्य केले.

भारतात १९०८मध्ये स्काउट चळवळीला सुरुवात झाली व १९११मध्ये गाईड चळवळीची सुरुवात झाली. स्वातंत्र्यपूर्व काळात मुला-मुलींसाठी स्वतंत्रपणे राबवली जाणारी ही चळवळ होती. त्यातील भेद नष्ट होऊन १९५०मध्ये 'भारत स्काउट आणि

गाईड' ही संस्था अस्तित्वात आली. १५ ऑगस्ट १९५१ रोजी 'गर्ल गाईड' ही मुलींकरता स्वतंत्रपणे कार्य करणारी संस्था भारत स्काउट आणि गाईड संस्थेत विलीन झाली. अशी चळवळ सध्याच्या काळात उत्तम काम करत आहे. या चळवळीचा महाराष्ट्रावर फार प्रभाव पडला आहे. या चळवळीत महाराष्ट्र संपूर्ण देशात आघाडीवर आहे. सद्य:स्थितीत महाराष्ट्रात तब्बल १४ लाख मुले-मुली स्काउट गाईड अंतर्गत प्रशिक्षण घेत आहेत.

१० वर्षे वयोगटातील मुलांसाठी 'कब' आणि 'बुलबुल' ही चळवळ राबविली जाते.

२७ फेब्रुवारी : मराठी भाषा दिन

दि. २७ फेब्रुवारी हा कुसुमाग्रजांचा जन्मदिवस. कुसुमाग्रज म्हणजे वि. वा. शिरवाडकर. कविता लेखनासाठी त्यांनी कुसुमाग्रज हे नाव घेतले. त्यांच्या वयाच्या ८५ व्या वाढदिवशी स्वीत्झर्लंडमधील 'इंटरनॅशनल स्टार रजिस्ट्री' या ख्यातनाम आंतरराष्ट्रीय संस्थेने या महाकवीचे नाव आकाशातील एका नक्षत्राला देऊन अगदी आगळी भेट त्यांना दिली. त्यांचा जन्मदिवस 'मराठी भाषा दिन' म्हणून साजरा करणे हे किती यथायोग्य आहे.

मराठी दिन साजरा करताना मराठी भाषेच्या वृद्धी आणि समृद्धीसाठी तिच्या शुद्धतेसाठी आणि वाढीसाठी काय करायला हवे, हेही पाहायला हवे. लघुकथा, नाटक, ललित निबंध, समीक्षा असे विविध लेखन त्यांनी केले आहे. त्यांनी मोठ्यांसाठी जशा सकस कविता लिहिल्या तशाच मुलांसाठीही अतिशय प्रासादिक, सहजसुंदर कविता लिहिल्या. कुसुमाग्रजांनी केलेल्या लेखनकार्याबद्दल त्यांना अनेक मानसन्मान मिळाले. पद्मभूषण पुरस्कार, साहित्य अकादमीचा पुरस्कार, राज्य पुरस्कार, राजर्षी पुरस्कार असे अनेक पुरस्कार त्यांना मिळाले. नाशिकच्या लोकांनी त्यांना 'नाशिकभूषण' पुरस्कार दिला. त्यांचा जन्म पुण्यात झाला; पण नाशिक ही त्यांची कर्मभूमी. १७ सप्टेंबर १९८८ रोजी कुसुमाग्रजांना ज्ञानपीठ पुरस्कार मिळाला. साहित्य क्षेत्रातील योगदानाबद्दल मिळणारा हा सर्वोच्च पुरस्कार आहे.

२८ फेब्रुवारी : विज्ञान दिन

आज राष्ट्रीय विज्ञान दिन. त्यानिमित्त दरवर्षी २८ फेब्रुवारीला संपूर्ण भारतात 'राष्ट्रीय विज्ञान दिन' साजरा करण्यात येतो. याचे कारण २० फेब्रुवारी हा दिवस भारतीयांना

अभिमान वाटावा असाच आहे. डॉ. सी. व्ही. रामन यांना १९३० सालचा नोबेल पुरस्कार त्यांच्या 'रामन परिणाम' या संशोधनाला मिळाला. एकाच रंगाचे प्रकाशकिरण विविध पदार्थांतून नेले असता, त्यांच्या लांबीत फरक पडतो. हा फरक विविध पदार्थांमध्ये असणाऱ्या रेणूंमुळे होतो, असे संशोधन डॉ. रामन यांनी केले. ते संशोधन गणती पद्धतीत मांडले यालाच रामन परिणाम (रामन इफेक्ट) म्हणतात. या संशोधनातील महत्त्वाचे निरीक्षण २८ फेब्रुवारी रोजी पहाटे झाले. या घटनेची आठवण म्हणून विज्ञान आणि तंत्रज्ञान विभाग आणि राष्ट्रीय विज्ञान आणि तंत्रज्ञान प्रचार परिषद या संस्थांनी २८ फेब्रुवारी हा दिवस 'राष्ट्रीय विज्ञान दिन' म्हणून साजरा करण्याचे ठरवले. १९८६ पासून भारतभर हा दिवस विविध वैज्ञानिक कार्यक्रमांद्वारे साजरा केला जातो.

विज्ञानविषयी समाजामध्ये जनजागृती व्हावी व भावी पिढीला विज्ञान विषयाबद्दल आवड निर्माण करण्याच्या हेतूने हा दिवस साजरा केला जातो. चंद्रशेखर व्यंकट रामन हे विज्ञानातील नोबेल पारितोषिक मिळविणारे पहिले भारतीय त्याचप्रमाणे पहिले आशियाई शास्त्रज्ञ आहेत. त्यांचा जन्म ७ नोव्हेंबर १८८८ रोजी त्रिचनापल्ली येथे झाला. रामन एक हुशार विद्यार्थी होते. १९०६मध्ये रामन यांनी आपला पहिला शोधनिबंध प्रसिद्ध केला.

मार्च

४ मार्च : राष्ट्रीय सुरक्षा दिवस

'राष्ट्रीय सुरक्षा' ही त्या देशाचे अस्तित्व टिकवण्यासाठी आवश्यक असलेली बाब आहे.

राष्ट्रीय सुरक्षेच्या संदर्भात वर्तमानकाळात विचार केल्यास केवळ 'सैन्य सुरक्षा' म्हणजेच 'राष्ट्रीय सुरक्षा' असते, असे नाही, तर देशाची अखंडता, अस्तित्वास धोका निर्माण करणाऱ्या सर्व समस्यांचा राष्ट्रीय सुरक्षेवर अनिष्ट परिणाम होतो. अशा समस्यांमध्ये पर्यावरण आपत्ती, अमली पदार्थांचा व्यापार, विज्ञान व तंत्रज्ञान आणि दहशतवाद अशा छुप्या युद्धांच्या आव्हानांमुळे अशा अनेक कारणांमुळे देशातील साधनसंपत्ती धोक्यात येते. ४ मार्च हा दिवस भारतात राष्ट्रीय सुरक्षा आणि औद्योगिक सुरक्षा दिवस म्हणून साजरा करण्यात येतो. ४ मार्च १९६६ला राष्ट्रीय सुरक्षा परिषदेची स्थापना झाली. राष्ट्र म्हणून भारताचे काही महत्त्वाचे हितसंबंध आहेत. त्या राष्ट्राची सुरक्षा, राष्ट्रभूमीचे संरक्षण, आर्थिक स्थैर्य वगैरे महत्त्वाच्या गोष्टी येतात; पण या सांभाळण्यासाठीसुद्धा जगभरातील

अनेक राष्ट्रांशी तह, करार व मैत्रीचे संबंध असणे गरजेचे आहे. भारत याबाबतीत अधिक तत्पर आहे.

राष्ट्रीय सुरक्षा केवळ संरक्षणसेवेतील व्यक्तीचीच नसून, ती आपल्या सर्वांची नैतिक जबाबदारी आहे. सुरक्षा ही आपल्या घरापासून चालू व्हायला हवी. सुरक्षा हा दैनिक जीवनाचा भाग बनायला हवा. मग ती कसलीही असू शकते. रस्त्यावर चालताना पादचाऱ्यांची सुरक्षा, शाळेत लहान मुलांना सोडणाऱ्या रिक्षा, बस, वाहनांची सुरक्षा, झोपडीत राहणाऱ्या रहिवाशांची प्राथमिक सुरक्षा, औद्योगिक क्षेत्रात काम करणाऱ्या कामगार वर्गांची प्राथमिक सुरक्षा, आपल्या परिसरात घडणाऱ्या घटनांकडे डोळसपणे पाहणे, इत्यादी जेव्हा इतक्या प्राथमिक स्तरावर जतन केली जाईल. तेव्हाच समाज, प्रांत, राज्य आणि पर्यायाने राष्ट्र सुरक्षेसाठी तयार असेल. धोका आणि सुरक्षा नाण्याच्या दोन बाजू आहेत. रोजच्या जीवनात धोके कसे कमी करता येतील, हे एक सुशिक्षित नागरिक म्हणून आपण नक्कीच पाहू शकतो. या सुरक्षेबरोबरच सुरक्षा, आरोग्य व कारखाने कार्यरत कामगार कल्याण हमी कायदा व नियम अंमलबजावणीसाठी औद्योगिक सुरक्षा व आरोग्य संचालनालयाची स्थापना करण्यात आलेली आहे.

औद्योगिक क्षेत्रातील अपघातांचा अभ्यास करताना १९२०मध्ये एच.डब्ल्यू. हेनरीच म्हणतात की, ''८८% अपघात काम करण्याच्या चुकीच्या पद्धतीमुळे होतात.''

औद्योगिक सुरक्षा व आरोग्य संचालनालय विभाग, कारखाने अधिनियमन, १९४८ व त्याखालील तरतुदींची अंमलबजावणी आणि त्याखालील नियमांनुसार कामगारांची सुरक्षा, आरोग्य व कल्याण याबाबत खात्री करते. तसेच कामकाजाचे तास, जागेची परिस्थिती, अपघातांची व धोकादायक संख्या कमी करणे, सुरक्षा, आरोग्य कामगारांच्या तक्रारींवर राज्य व केंद्र शासनाने तयार केलेल्या नियमान्वये उपाययोजना करणे या माध्यमांमध्ये महत्त्वपूर्ण भूमिका बजावते. १००० पेक्षा जास्त काम करणाऱ्या कामगारांच्या कारखान्यात नियमाने सुरक्षा व्यवस्थेची नेमणूक करणे बंधनकारक आहे.

त्याचप्रमाणे कारखाना व्यवस्थापन समितीने कामगारांना वेळोवेळी यंत्र हाताळणीसंबंधी योग्य ते मार्गदर्शन केले जावे, अशी तरतूद आहे. कामगारांच्या हक्काचे व संरक्षण आणि तक्रार निवारण यांची हमी देणे बंधनकारक आहे.

काही कायदे व तरतुदी

- कारखाने अधिनियम, १९४८
- महाराष्ट्र कारखाने नियम, १९६३
- हानिकारक रसायनांचे उत्पादन, १९८९
- कामगार मोबदला अधिनियम १९२३

८ मार्च : महिला दिन

मार्च महिना उजाडताच वेध लागतात महिला दिनाचे. ८ मार्च हा महिला दिन. यामागे स्त्रियांची जोरदार चळवळ आहे. स्त्री-पुरुष विषमता फक्त भारतातच नव्हे, तर संपूर्ण जगात अनेक वेळा जाणवते. त्याचे सर्वांत मोठे उदाहरण म्हणजे स्त्रियांना नाकारण्यात आलेला मतदानाचा हक्क. १९ व्या शतकाच्या उत्तरार्धात पाश्चिमात्य जगात आधुनिक कारखानदारीची सुरुवात झाली, असे म्हणता येईल. त्यांना इंग्लंड, अमेरिकेत कापडाच्या गिरण्या, तयार कापडाचे कारखाने सुरू झाले. त्यात मोठ्या प्रमाणात स्त्रिया व मुले काम करीत. त्यांना १६ तास काम करावे लागे; पण मजुरी मात्र अत्यंत कमी असे. १९०८मध्ये न्यूयॉर्क येथील कपडे तयार करण्याच्या कारखान्यातील कामगार महिलांनी कामांचे तास कमी करावेत व मजुरी वाढवावी यासाठी संघटितपणे लढा उभारला. हा संघर्षाचा दिवस होता ८ मार्च, महिलांना योग्य अधिकार, हक्क मिळावा यासाठी स्त्रियांनी स्वतःच्या अधिकारांसाठी स्वतःहून, संघटित होऊन केलेला जगाच्या इतिहासातील हा पहिलाच संघर्ष होता. अमेरिकन शासनाकडून तेव्हा या महिलांवर लाठीमार केला गेला होता. पुढे १९१०मध्ये विविध देशांतील महिला प्रतिनिधींची परिषद कोपनहेगन येथे झाली होती. जर्मनीतील कार्यकर्ती क्लारा झेटकिन हिने महिलांच्या या ऐतिहासिक कामगिरीची नोंद म्हणून ८ मार्च हा 'जागतिक महिला दिन' म्हणून साजरा करावा, असे सुचविले. 'जगभरातील महिलांनी, अन्याय अत्याचाराविरुद्ध एक व्हा' असे आवाहन केले गेले. जर्मनीतील महिलांनी युद्धखोरीविरुद्ध आवाज उठवला. शांततेचे आवाहन केले. ८ मार्च १९१७ ला रशियातील कापड कामगार महिलांनी उठाव केला. अन्याय, अत्याचार, विषमता याविरुद्ध जगभरात कोठे ना कोठे महिलांचा आवाज उठू लागला. स्वतःचे हक्क व अधिकार यांची जाणीव महिलांमध्ये रुजू लागली होती. १९७५मध्ये युनोने 'महिला वर्ष' जाहीर केले, तेव्हापासून ८ मार्च हा 'महिला दिन' म्हणून दरवर्षी सुरू झाला. स्त्री ही एक स्वतंत्र व्यक्ती आहे, याची जाणीव आपण सर्वांनी या दिवशी ठेवली पाहिजे.

१५ मार्च : जागतिक ग्राहक दिन

१५ मार्च 'जागतिक ग्राहक दिन' सर्व जगभर साजरा करण्यात येतो. अमेरिकेत आणि युरोपातील अनेक देशांत १९ व्या शतकात ग्राहकांसाठी, ग्राहक हितासाठी ग्राहक

चळवळीला सुरुवात झाली. भारतात २० शतकाच्या उत्तरार्धात सुरुवात झाली. १९६०मध्ये अमेरिकेच्या राष्ट्रपतिपदासाठी जॉन एफ केनडी हे डेमोक्रेटिक पक्षाचे उमेदवार म्हणून निवडणुकीला उभे होते. त्यांनी आपल्या निवडणूक प्रचारात ग्राहकांसाठी, जनतेसाठी मी काही महत्त्वाचे अधिकार निवडून आल्यानंतर जनतेला बहाल करेन, असे सांगितले. निवडणुकीत ते विजयी झाले. त्यांनी जनतेला दिलेल्या आश्वासनानुसार १५ मार्च १९६२ रोजी अमेरिकन काँग्रेसमध्ये भाषण करताना त्यांनी ग्राहकांसाठी पुढील चार महत्त्वाचे मूलभूत अधिकार जाहीर केले– १) सुरक्षिततेचा अधिकार, २) माहितीचा अधिकार, ३) वस्तू व सेवा यांच्या निवडीचा अधिकार, ४) मत ऐकले जाण्याचा अधिकार हे महत्त्वाचे अधिकार ग्राहकांना त्यांनी दिलेत, म्हणून हा दिवस जगभर 'जागतिक ग्राहक हक्क दिन' म्हणून साजरा करण्यात येतो. ग्राहक चळवळीतील हा दिवस ऐतिहासिक महत्त्वाचा दिवस म्हणून समजला जातो.

तसेच भारतामध्ये निरनिराळ्या ग्राहक संघटनांनी दुसऱ्या महायुद्धानंतर ग्राहकांसाठी महत्त्वाचा कायदा पास करण्यात यावा, यासाठी मुंबई, दिल्ली, कोलकाता, मद्रास, अहमदाबाद, पुणे येथील ग्राहक संघटनांनी केलेल्या प्रयत्नांमुळे प्रधानमंत्री राजीव गांधी यांच्या कार्यकाळात २४ डिसेंबर १९८६ रोजी संसदेने 'ग्राहक संरक्षण कायदा' पास केला. ग्राहक संरक्षण कायदा ग्राहक हिताचा कायदा आहे. भारतीय ग्राहक चळवळीतील हा महत्त्वाचा कायदा आहे म्हणून २४ डिसेंबर हा 'राष्ट्रीय ग्राहक दिन' म्हणून भारतात उत्साहाने साजरा केला जातो.

कायद्यानुसार तीन स्तरीय रचना निर्माण करण्यात आल्या आहेत. जिल्हास्तर ग्राहक तक्रार निवारण मंच. राज्य स्तरावर राज्य आयोग, राष्ट्रीय स्तरावर राष्ट्रीय आयोग अशी निर्मिती करण्यात आली आहे.

२४ मार्च : क्षयरोग दिन

'I am stopping T.B.' चला, क्षयरोगाच्या प्रतिकारास सज्ज व्हा!

क्षयरोगाचे निदान करण्यात भारत आणि चीन हे दोन देश पिछाडीवर असल्यामुळे जागतिक आरोग्य संघटनेने प्रसिद्ध केलेल्या अहवालातून स्पष्ट झाले आहे. क्षयरोगाच्या वाढत्या फैलावास रोखण्यासाठी प्रत्येक व्यक्ती त्याचा प्रतिकार करू शकतो, ही प्रत्येकाची जबाबदारी आहे, असा नारा दिल्याने 'क्षयरोग विरोधी लढ्यास सज्ज होऊ या', असे आवाहन करण्यात येत आहे.

जागतिक पातळीवर साजऱ्या केल्या जाणाऱ्या जागतिक क्षयरोग दिनानिमित्ताने आरोग्य संघटनेने, 'आय एम स्टॉपिंग टीबी' अशा आशयाचे नवे घोषवाक्य जगातील क्षयरोग्यांविरोधी लढ्यासाठी दिले आहे. क्षयरुग्णांसह, त्यांच्यावर उपचार करणाऱ्या डॉक्टर्स, नर्स, वैद्यकीय कर्मचारी तसेच विविध सामाजिक संस्था या सर्वांची क्षयरोगाला रोखण्याची जबाबदारी आहे.

थुंकी, बोलण्याद्वारे अथवा शिंकेद्वारे याचा प्रसार होतो. आरोग्याकडे होणारे दुर्लक्ष, अस्वच्छ आणि निकृष्ट सामाजिक राहणीमान, मद्यपान, धूम्रपानामुळे होणाऱ्या विकारांमुळे व्यक्तींना क्षयरोगाची लागण होण्याची शक्यता असते. या रोगाला नियंत्रित करण्यासाठी केंद्रीय आरोग्य मंत्रालयाने राष्ट्रीय सुधारित क्षयरोग नियंत्रण कार्यक्रम हाती घेतला असून, त्याची देशात सर्वत्र अंमलबजावणी सुरू आहे. या कार्यक्रमामुळे या रोगास आळा घालण्यासाठी मोठा हातभार लागला आहे.

डॉ. रॉबर्ट कोच यांनी 'मायक्रोबॅक्टेरियम्' या जंतूचा २४ मार्च १८८२ रोजी शोध लावल्याने तोच दिवस आज जगभरात 'क्षयरोग दिन' म्हणून साजरा होत आहे. त्या निमित्ताने आरोग्य संघटनेने प्रसिद्ध केलेल्या अहवालात भारत आणि चीन या दोन्ही देशांमध्ये रुग्णांमधील क्षयरोगाचे निदान करण्याचे प्रमाण अत्यल्प असल्याचे म्हटले आहे. आरोग्य संघटनेने याबाबत चिंता व्यक्त करीत आफ्रिका देशासह भारत-चीन देशांमध्ये क्षयरोगाचे निदान न झालेल्या रुग्णांचे प्रमाण ६९ टक्के एवढे असून, हा धोक्याचा इशारा असल्याचे म्हटले आहे. जगामध्ये भारतातही क्षयरुग्णांचे प्रमाण कमी नाही. जागतिक लोकसंख्येच्या तुलनेत एक तृतीयांश देशांमध्ये भारताचा बाविसावा क्रमांक लागतो. सुमारे वीस लाख लोकांना नव्याने हा आजार बळावतो. यातील आठ लाख जणांना थुंकी सदोष क्षयरोग होतो. दरवर्षी चार लाख रुग्णांचा यामुळे मृत्यू होतो.

महाराष्ट्रात एक लाख लोकसंख्येमागे ८० रुग्ण आढळतात. दरवर्षी जगामध्ये विकसनशील ४५ देशांमध्ये हा आजार बळावत असून, जगात क्षयरोगाविरोधी लढ्यासाठी ४.८ अब्ज डॉलर्स एवढी रक्कम खर्च केली जात आहे. त्यातील एक अब्ज डॉलर्स एवढी रक्कम 'एमडीआर-टीबी' यासाठी खर्च होते. जगामध्ये 'एचआयव्ही'मुळेदेखील क्षयरुग्णांमध्ये आता भर पडत असल्याने, भारतात आज मितीला एचआयव्ही बाधितांपैकी सुमारे वीस लाख जणांना या आजाराने पछाडलेले आहे. बाधित रुग्णाला आयुष्यात क्षयरोग होण्याची साठ टक्के शक्यता असते, असे जागतिक आरोग्य संघटनेचे म्हणणे आहे.

क्षयरोगाच्या वाढत्या फैलावास रोखण्यासाठी जागतिक आरोग्य संघटनेने दिलेला

नाऱ्यास केवळ आवाज देऊन चालत नाही, तर प्रत्यक्ष रोगाला रोखण्याचे काम करण्याची जबाबदारी आपल्या सर्वांवर येऊन ठेपली आहे.

मार्च महिन्यातील विविध पर्यावरण दिवस

मार्च महिन्याला 'पर्यावरण महिना' म्हटले तर जास्त वावगे होणार नाही. या महिन्यात पर्यावरण, हवामान इत्यादी गोष्टींशी संबंधित अनेक दिवस साजरे केले जातात. ३ मार्च जागतिक वन्यजीव दिवस, २० मार्च जागतिक चिमणी दिवस, (पहिला चिमणी दिवस २० मार्च २०१० रोजी पाळला) २१ मार्च जागतिक वन दिवस, २२ मार्च जागतिक जल दिवस, २३ मार्च हवामान दिवस म्हणून साजरे केले जातात. या दिवसांच्या ठळक बाबी म्हणजे जागतिक हवामान आरोग्यपूर्ण बनवणे, वनसंवर्धन करणे व पाण्याचे महत्त्व पटवून देणे, पाण्याची उपलब्धता या मुद्द्यावर जलसाक्षरता बनवणे, मानवाचे सुरक्षित व सुखकारक अस्तित्व पूर्णतः पर्यावरणातील नैसर्गिक घटकांवर अवलंबून आहे आणि हे नैसर्गिक घटक अबाधित ठेवणे आपले कर्तव्य आहे. हे या दिवसांचे मुख्य हेतू आहेत.

भारताचे एकूण वनक्षेत्र ७६ हजार ५२० चौ.कि.मी. आहे, तर महाराष्ट्रातील एकूण वनक्षेत्र सुमारे ६१,९३९ चौ.कि.मी. आहे. भूक्षेत्राच्या सुमारे २१ टक्के क्षेत्र वनाखाली आहे. वातावरणाचा समतोल राखण्यासाठी कोणत्याही प्रदेशात क्षेत्रफळाच्या ३३ टक्के जमीन वनाखाली असणे गरजेचे आहे.

निसर्गासाठी पाण्याची नितांत गरज आहे. प्रत्येक जैविक घटकाला आपले अस्तित्व टिकवून ठेवण्यासाठी पाण्याची आवश्यकता असते. पाण्यालाच दुसरे नाव 'सलिल' असे आहे. वाढती लोकसंख्या, जंगलतोड, औद्योगिकीकरण, वाहतुकीच्या साधनांत झालेली वाढ यामुळे पर्यावरणाचे संतुलन बिघडत चालले आहे व त्याचा परिणाम पर्जन्यावर झालेला दिसून येतो, त्यामुळे दिवसेंदिवस पाणीटंचाई समस्या निर्माण झाली आहे. यासाठी महाराष्ट्राला जलसाक्षरतेची गरज आहे, असे आंतरराष्ट्रीय कीर्तीचे जलतज्ज्ञ रेमन मॅगेसेस पुरस्कार विजेते व जलतज्ज्ञ राजेंद्रसिंग यांनी व्यक्त केला आहे.

महाराष्ट्रात हवामानाची विविधता आढळते. कोकण किनारपट्टीवर उष्ण, दमट, तर सह्याद्री पर्वतावर थंड हवामान असते. हवामानाच्या बदलामुळे पावसाचे प्रमाण कमी-अधिक होत जाते. काही भागांत पाऊस पडतो, तर काही भागात पडत नाही. जगातील जवळपास १०० पेक्षा जास्त देशांमध्ये 'जागतिक पर्यावरण दिन' साजरा करण्यात येतो. यामागील मुख्य उद्देश इतकाच की, जगातील प्रत्येक माणसामध्ये पर्यावरणाविषयी

जनजागृती करणे आणि संपूर्ण राष्ट्राने पर्यावरणाबाबत पुढाकार घेणे असा आहे.

भारतासारख्या खंडप्राय देशात भरपूर सूर्यप्रकाश, उन्हाळा अधिक आणि पावसाळा व हिवाळा प्रमाणात आहे. भरपूर सूर्यप्रकाश ही साऱ्या जीवसृष्टीची धमनी आहे म्हणजे भरपूर सूर्यप्रकाश हा देशाला वरदानच आहे. कारण नुसत्या जीवसृष्टीसाठी नव्हे, तर पाऊस पडण्यासाठीदेखील सूर्यप्रकाशाचीच गरज असते. भरपूर पर्जन्यमान, पर्जन्यमानाची कालानुसार विभागणी ही या देशाला निसर्गाकडून मिळालेली देणगी आहे.

वाढत्या लोकसंख्येबरोबर पर्यावरणाची अवनती होत आहे, त्यामुळे अनेक जीवसृष्टी धोक्यात आहे.

आपला देश सर्व क्षेत्रांत प्रगतिपथावर आहे. आपण पर्यावरणाच्या प्रगतीकडे डोळेझाक करून चालणार नाही. निसर्गावरील अन्याय त्सुनामी, नर्गिससारखी सागरी वादळे, भूकंप, ढगफुटी, महापूर, दुष्काळ, रोगराई अशा अनेक नैसर्गिक प्रकोपांद्वारे जाणवला आहे. हे सर्व लक्षात घेऊन प्रत्येक व्यक्तीने पर्यावरण राखण्याची जबाबदारी घेतली पाहिजे.

वाढत्या लोकसंख्येमुळे जरी अनेक समस्या निर्माण झालेल्या आहेत. लोकसंख्येचा भस्मासूर पर्यावरणाची अतोनात हानी करीत आहे. वाढत्या लोकसंख्येमुळे जगात पर्यावरण धोक्यात आलेले आहे म्हणून 'हम दो हमारा एक' यावर भर देण्यात यावा, तसेच पाण्याचे महत्त्व ओळखून 'पाणी आटवा, पाणी जिरवा' ही संकल्पना रुजवणे आवश्यक आहे.

एप्रिल

७ एप्रिल : जागतिक आरोग्य दिन

जागतिक आरोग्य संघटनेच्या वतीने १९४८ पासून ७ एप्रिल हा दिवस 'जागतिक आरोग्य दिन' म्हणून साजरा केला जातो.

जागतिक आरोग्य संघटना ही युनोची एक विशेष शाखा आहे. ७ एप्रिल १९४८मध्ये स्थापन झालेल्या या संघटनेमध्ये जगातील जवळजवळ १९२ देश सहभागी झाले आहेत. सार्वजनिक आरोग्याच्या दृष्टीने महत्त्वाच्या एखाद्या बाबतीत दरवर्षी एक ब्रीद वाक्य ठरवले जाते आणि त्यानुषंगाने वर्षभर त्या विषयाला अनुसरून विविध उपक्रम

देशामध्ये राबवून नागरिकांचे प्रबोधन केले जाते.

जागतिक आरोग्य संघटना (WHO) ही एक आंतरराष्ट्रीय संस्था आहे. पॅरिस येथे कार्यालय आहे.

संसर्गामुळे भयंकर साथीचे रोग पसरतात आणि अशा संसर्ग झालेल्या व्यक्तींची काळजी वेगळ्या पद्धतीने घेतली पाहिजे हे लोकांना पटले होते, त्यामुळे रोगप्रतिबंधाला आळा बसण्यास मदत होईल. हे सर्व कार्य सुलभ होण्यासाठी आंतरराष्ट्रीय यंत्रणा असावी, असा विचार झाला म्हणून राष्ट्रीय रोग नियंत्रण संस्था ३० जुलै १९६३ रोजी नवी दिल्ली येथे भारत सरकारद्वारा सुरू करण्यात आली. याच विचारांच्या अनुषंगाने 'जागतिक आरोग्य संघटना' स्थापन करण्यात आली. या संघटनेची आरोग्यविषयक कल्पना केवळ रोग निवारण्यासाठी मर्यादित न राहता त्यामध्ये मानसिक, शारीरिक, बौद्धिक आरोग्याचाही विचार केला आहे. जगात सहा ठिकाणी या संघटनेची कार्यालये आहेत.

या संघटनेमार्फत रोगनिवारण व रोगनियंत्रण यासाठी वैद्यकीय मदत पुरवणे, लोकांना आरोग्याविषयी माहिती देणे व जागृती निर्माण करणे, इत्यादी कार्ये केली जातात. सात एप्रिल संघटनेचा स्थापना दिवस आहे म्हणून जागतिक आरोग्य दिन साजरा केला जातो.

१९०९मध्ये पॅरिस येथे आंतरराष्ट्रीय सार्वजनिक आरोग्य कार्यालय स्थापन करण्यात आले. ही संस्थाच पहिली जागतिक आरोग्य संस्था असून, ती १९४७ ते १९५०च्या दरम्यान जागतिक आरोग्य संघटनेत विलीन झाली.

जगाच्या इतिहासामध्ये आंतरराष्ट्रीय महत्त्वाच्या घटना घडल्या त्यामध्ये जागतिक आरोग्य संघटनेची कार्ये महत्त्वाची ठरली आहेत. लोकांचे आरोग्य सुधारण्यासाठी अतिशय प्रबल कार्य ही संघटना करते.

२२ एप्रिल : वसुंधरा दिवस

२२ एप्रिल, जागतिक वसुंधरा दिवस. सर्व प्राणीमात्रांना कवेत घेण्याची पृथ्वीची प्रचंड ताकद सर्वश्रुत आहेच; पण माणसांकडून भौतिक सुखसुविधांच्या नावाखाली दिवसेंदिवस तिचा ऱ्हास होत आहे. याला जबाबदारही आपणच आहोत. निसर्गातील मानवाचा अमर्याद हस्तक्षेप पर्यावरणातील समतोल ढासळण्यास कारणीभूत ठरत आहे. अमेरिकेतील विस्टोन या राज्याचे तत्कालीन सिनेटर गेलॉर्ड वेलसन यांच्या पुढाकारातून १९७०मध्ये वाढते प्रदूषण रोखण्यासाठी पर्यावरणाबाबत जनजागृती मोहीम राबवण्यात आली, तो दिवस होता २२ एप्रिल आणि हाच दिवस आता सर्वत्र 'जागतिक वसुंधरा

दिवस' म्हणून साजरा करण्यास सुरुवात झाली आहे.

वाढती लोकसंख्या, वाढते शहरीकरण पर्यायाने औद्योगिकीकरण यामध्ये मोठ्या प्रमाणात वाढ झाली; तसेच बेसुमार वृक्षतोड होत आहे. सध्या पाणीटंचाई, भारनियमनासारख्या समस्या विकसित व विकसनशील देशांसमोर 'आ-वासून' उभ्या ठाकल्या आहेत.

पृथ्वीवरील पाणी, वने, खनिज संपत्ती यांचा वापर मर्यादित करणे. आज काळाची गरज बनली आहे. वाढत्या उद्योगधंद्यामुळे कार्बन–डाय–ऑक्साईड, नायट्रीक ऑक्साईड, क्लोरोफ्लुअरोकार्बन, मिथेन यांसारखे वायू बाहेर पडत असल्याने जागतिक तापमान वाढीसारख्या समस्यांना तोंड द्यावे लागत आहे. तापमान वाढीमुळे निसर्गाचा समतोल ढासळत आहे.

तापमान वाढीमुळे अटलांटिक खंडावरील बर्फ वितळून समुद्राच्या पाणीपातळीत प्रचंड वाढ होत आहे. यामुळे अनेक वादळे निर्माण होत आहेत. किनारपट्टीलगतच्या शहरांनाही वाढत्या पाण्याचा धोका पोहचण्याची शक्यता निर्माण होत आहे. तसेच साधारणतः पृथ्वीपासून १६ ते ४५ कि.मी. अंतरावर वातावरणातील स्थितांबराच्या पट्ट्यामध्ये ओझोनचा थर आढळून येतो. जो सूर्यापासून निघणाऱ्या अतिनील किरणांपासून मानवाचा बचाव करतो. मात्र, पर्यावरणाचा समतोल ढासळत असल्याने ओझोनचा थरही विरळ होत आहे.

पर्यावरण समतोल राखण्यासाठी जागतिक स्तरावर युद्धपातळीवर प्रयत्न होत आहेत. याचाच भाग म्हणून रिओ दि–जानेरो या ब्राझीलच्या राजधानीत जानेवारी १९९२मध्ये पहिली वसुंधरा परिषद भरवण्यात आली होती. तसेच २००२मध्येही दक्षिण आफ्रिकेतील जोहान्सबर्ग येथेही शाश्वत विकासासाठी जागतिक परिषद भरवण्यात आली होती. एकूणच या परिषदांमध्ये कोणत्याही राष्ट्राने विकास करत असताना पर्यावरणाचा समतोल ढासळणार नाही, यासाठी सर्वतोपरी प्रयत्न करण्याची गरज असल्याचे नमूद करण्यात आले.

वसुंधरेचे सौंदर्य अबाधित ठेवूनच जीवन अधिक सुखकर जगू शकतो. चला तर मग वसुंधरेला हानी पोहोचणार नाही, यासाठी प्रत्येकाने आपापल्यापरीने प्रयत्न करण्याची गरज आहे. वनसंवर्धन करणे, भूसंधारण वाढवणे, पाणी संवर्धन करणे तसेच नैसर्गिक खनिज संपत्तीचा मर्यादित वापर असे बरेच काही आपल्या हाती आहे, यातूनच निसर्ग संपत्तीचे संवर्धन करून वसुंधरेबरोबरच पर्यायाने मानवाचे जीवन सुखी अन् समृद्ध होईल यात शंकाच नाही.

२२ एप्रिल : 'पृथ्वी दिन'

(आंतरराष्ट्रीय धरणी मातादिन)

सध्या 'अर्थ डे नेटवर्क' या संस्थेच्या समन्वयाने १७५ देशांमधून हा दिवस साजरा केला जातो. इ.स.२००९ साली संयुक्त राष्ट्रांनी २२ एप्रिल हा दिवस 'आंतरराष्ट्रीय धरणीमाता दिन' म्हणून पाळण्याची घोषणा केली. 'पृथ्वी दिन' हा दिवस पृथ्वीच्या पर्यावरणाच्या संवर्धनासाठी जागृती करण्यासाठी जगभर पाळण्यात येतो. अमेरिकेत २२ एप्रिल रोजी हा दिन पाळला जातो. तर संयुक्त राष्ट्रे २० मार्च रोजी, म्हणजे सूर्य पृथ्वीच्या विषुववृत्ताच्या थेट समोर असण्याच्या दोन बिंदूंपैकी एका बिंदूशी पोहोचण्याच्या दिवशी 'संपात बिंदू पृथ्वी दिन' पाळतात.

पर्यावरणाची शिकवण देण्याच्या हेतुने अमेरिकेचा सिनेटर गेलॉर्ड नेल्सन याने २२ एप्रिल इ.स.१९७० रोजी पहिल्यांदा पृथ्वीदिनाचे आयोजन केले. पहिला पृथ्वी दिन अमेरिकेत पाळला गेला. तरीही त्या कार्यक्रमाचा राष्ट्रीय समन्वयक असलेला डेनिस हेस याने स्थापलेल्या संस्थेने इ.स.१९९० साली १४१ देशांमध्ये या दिवसाचे आयोजन करून 'पृथ्वी दिन' आंतरराष्ट्रीय स्तरावर नेला.

२३ एप्रिल : जागतिक ग्रंथ दिन

२३ एप्रिल हा जगप्रसिद्ध साहित्यिक विल्यम शेक्सपिअरयांचा जन्म आणि मृत्यू दिन आहे. शेक्सपिअरच्या नावावर चाळीस नाटकं, १५४ सॉनेट एवढी ग्रंथसंपदा आहे. त्यांचा जन्म एका मध्यमवर्गीय कुटुंबात २३ एप्रिल १५६४ रोजी इंग्लंडमधील 'स्टॅटफर्ड' या गावी झाला.

वयाच्या २० व्या वर्षापर्यंत त्यांचे बालपण, शिक्षण स्टॅटफर्ड येथे गेले. शालेय शिक्षण त्यांनी घेतले होते. मात्र, विद्यापीठात मात्र ते गेले नाहीत; पण त्यांचे साहित्य मात्र विद्यापीठातील विद्यार्थ्यांपर्यंत पोहोचली.

आज पाच शतकांचा कालखंड लोटला तरीसुद्धा जगातील सर्व मुख्य भाषांसह प्रादेशिक भाषेतही त्यांच्या नाटकाचे भाषांतर होऊन रसिकांनी त्या नाटकांना आपल्या मनामनामध्ये स्थान दिले आहे. त्या काळात तर ब्रिटिश नाट्यरसिकांना त्यांनी भुरळच पाडली होती. त्यांच्या या अफाट लेखनशैलीला इंग्लंडच्या राणीने त्यांना 'कोट ऑफ आर्म्स' हे मानचिन्ह देऊन सन्मानित केले होते.

शेक्सपिअरमध्ये काही असामान्य गुण होते. त्यांची शब्दसंपदा १५ हजार शब्दांच्या वर होती. याशिवाय त्यांची आकलनशक्ती प्रचंड होती. जे ऐकले, पाहिले, वाचले त्यातील नेमके काय उचलायचे याचे त्यांना अचूक ज्ञान होते. अशा महान साहित्यिकाचा मृत्यू २३ एप्रिल १६१६मध्ये झाला, तर २३ एप्रिल १९९८मध्ये युनोस्कोने त्यांचा जन्म-मृत्यू दिन 'जागतिक ग्रंथ दिन' (पुस्तक दिन) म्हणून जाहीर केला. ग्रंथ दिनाच्या निमित्ताने हव्या त्या भाषेतील आदर्श ग्रंथाचे वाचन व्हावयास हवे. ज्ञानेश्वर माउलींनी लिहिलेली 'ज्ञानेश्वरी' वाचल्यास मायबोलीचे महत्त्व, अगाध महिमा लक्षात येतो.

मराठीमध्ये आत्तापर्यंत अनेक मोठमोठे संत महात्मे, विचारवंत, लेखक होऊन गेले. त्यांची ग्रंथसंपदा, त्यांनी त्यात मांडलेले मौलिक विचारधन पूर्वीपासून आपल्याला मार्गदर्शक ठरत आहे.

ग्रंथसंपदेतले धन कितीही वाटले तरी ते कमी होत नाही. उलट, ते जनसमुद्रामध्ये वाटल्याने वाढतच जाते. धन दिल्याने कमी होते; पण ज्ञान वाटल्याने कमी होत नाही तर ते वाढते. ग्रंथ हे आपल्याला विविध क्षेत्रांतले ज्ञान देतात. आपण वाचनाने आपले ज्ञान, अनुभव समृद्ध करतो.

'स्वर्गापेक्षा चांगल्या पुस्तकांचे (ग्रंथाचे) मी अधिक स्वागत करीन' असे म्हणणाऱ्या लोकमान्य टिळकांनी ग्रंथ हेच गुरू. ही उक्ती सर्वांच्या ओठी बसवली. सुप्रसिद्ध शिक्षणतज्ज्ञ लॉर्ड मेकॉलेने एकदा आपल्या भाचीला पत्रात लिहिले होते, 'तुला पुस्तके आवडतात हे कळून तर मला तुझ्याबद्दल जास्तच आपुलकी वाटायला लागली आहे. तू माझ्या वयाची जेव्हा होशील तेव्हा तुला कळून चुकेल की, आपली सारी खेळणी, खाऊ, मित्र-मैत्रिणी या साऱ्यांपेक्षा ग्रंथ हेच खरे जवळचे मित्र.'

तुम्ही दिवसातील कोणत्याही रिकाम्या वेळी सहजपणे ती वाचू शकता. निद्रादेवीला प्रसन्न करण्यासाठीदेखील बरेच जण वाचन करतात. कविवर्य कुसुमाग्रज म्हणून तर म्हणतात, 'अज्ञानाच्या अंधाऱ्या रात्रींना क्रांतीची बीजे असतात. ग्रंथ आपल्याला माणुसकी आणि शांती शिकवतात.' ग्रंथ आपल्याला जीवनाचा मार्ग दाखवतात.

२९ एप्रिल : आंतरराष्ट्रीय नृत्य दिन

'डेज' संस्कृती भारतातसुद्धा मुरायला लागली आहे. व्हॅलेंटाइन डे, फ्रेंडशिप डे, मदर्स डे, इत्यादींबरोबर डान्स डे.

नर्तिकांसाठी २९ एप्रिल हा 'स्पेशल' दिवस नृत्य दिवस म्हणून साजरा केला जातो.

कौन्सिल ऑफ इंटरनॅशनल डान्स (सी.आय.डी.) ही 'युनेस्को'शी संलग्न असलेली सेवाभावी संस्था 'पॅरिस' येथे आहे. कौन्सिल ऑफ इंटरनॅशनल डान्सची स्थापना १९७३मध्ये झाली आणि १९८२ पासून 'आंतरराष्ट्रीय नृत्य दिन' साजरा करण्यास त्यांनी सुरुवात केली. अत्यंत लोकप्रिय मॉडर्न डान्स आणि बॅले मास्टर जॉन-जॉर्ज नोवेर यांचा जन्म २९ एप्रिल १९२७ रोजी झाला, त्यामुळे 'आंतरराष्ट्रीय नृत्य दिना'साठी या महान फ्रेंच डान्सरचा जन्म दिवस निवडण्यात आला.

'आंतरराष्ट्रीय नृत्य दिना'चा मुख्य उद्देश हा आहे की, जगभरात नृत्यकला साजरी करणे, नृत्यकलेने राजकीय, सामाजिक, सांस्कृतिक, धर्माच्या विविधतेच्या सीमा ओलांडून सर्वांना नृत्याच्याद्वारे एकत्र आणणे आणि नृत्यकलेचे समाजातले स्थान उंचावून नृत्यकलेचा अधिकाधिक प्रचार आणि प्रसार करणे.

जरी १९८२मध्ये हा दिवस साजरा करायला सुरुवात झाली असली तरी भारतात मात्र गेल्या काही वर्षांत याचे महत्त्व वाढले आहे. 'आंतरराष्ट्रीय नृत्य दिना'च्या निमित्ताने अशा अनेक शैली नर्तक-नर्तिका एकत्र येऊन जर 'नृत्यकला' या एका नावाखाली साजऱ्या केल्या, तर नृत्यकला क्षेत्र अधिक विस्तृत होईल आणि या दिनाचा उद्देश सफल होईल.

मे

१ मे : कामगार दिन

१ मे हा दिवस संपूर्ण जगात 'कामगार दिन' म्हणून पाळला जातो. ही स्मृती आहे, अमेरिकेतील कामगारांच्या संघर्षाची, आपल्या न्याय हक्कांसाठी हुतात्मा झालेल्या कामगारांची, जगातील सर्व कामगारांच्या एकजुटीची. अठराव्या शतकात युरोपमध्ये औद्योगिक क्रांती झाली. कारखाने सुरू झाले; पण त्या काळी कामगार १८ तास अत्यंत गैरसोईच्या व कोंदट वातावरणात काम करीत. कामगारांना कोणत्याही सुविधा तर नव्हत्याच; पण प्रसंगी हंटर मारून काम करून घेतले जात होते. कामगारांवरील अत्याचार वाढत होते. शेवटी या अन्यायाविरुद्ध कामगारांनी १ मे

१८८६ रोजी पहिला संप केला. त्यांची मागणी अत्यंत साधी होती, ती म्हणजे आठ तास काम करण्याची; परंतु, मालकांनी ते धुडकावून लावले. शिकागो येथे कामगारांचा प्रचंड मोर्चा निघाला. भांडवलशाही अमेरिकन सरकारने गोळीबार केला. त्यात अनेक कामगार ठार झाले. याविरुद्ध निदर्शने करणाऱ्या कामगारांवरही पुन्हा गोळीबार केला. त्यात सहा कामगार ठार झाले. आठ कामगारांना पकडून सहा जणांना फासावर लटकावण्यात आले. हुतात्मा झालेल्या कामगारांना अभिवादन करण्यासाठी पाच लाख कामगार रस्त्यावर उतरले, या कामगारांच्या एकजुटीने मालक वर्गाला इशारा दिला की, एक दिवस कामगारांचे मौन अधिक शक्तिशाली होईल. अमेरिकेतील या कामगारांच्या लढ्याची सर्व जगाने नोंद घेतली. १४ जुलै १८८९ रोजी पॅरिस येथील काँग्रेसने १ मे हा दिवस आंतरराष्ट्रीय कामगार दिन म्हणून साजरा करण्याचे आवाहन केले व १८९०मध्ये अमेरिकेसह सर्व जगात हा कामगार दिन पाळण्यात आला. कामगार म्हणजे वेठबिगार. कामगार म्हणजे गुलाम. या प्रवृत्तीविरुद्ध जोरदार आवाज उठवला गेला. दुसऱ्या महायुद्धानंतर तर 'जागतिक ट्रेड युनियन परिषदे'ची स्थापना झाली. आता कामगारांसाठी स्वतंत्र मंत्रालय असते. कामगार दिनाची काळजी घेण्यासाठीच नव्हे, तर कामगारांच्या सर्वांगीण उन्नतीचा विचार होण्यासाठी कामगार खाते स्वतंत्रपणे काम करते. अनेक ठिकाणी कामगार आणि मालक खांद्याला खांदा लावून काम करू लागले आहे. कोणत्याही कारखान्याच्या किंवा कंपनीच्या यशात कामगारांचा सहभाग मोलाचा आहे. याचे महत्त्व पटून कामगारांना सन्मानाची वागणूक मिळत आहे, तरीही दुसऱ्यांवर वर्चस्व ठेवण्याच्या मानवाच्या सहज प्रवृत्तीमुळे कामगारांनी सतत जागरूक राहण्यासाठीच १ मे १८८६ मधील हुतात्मा झालेल्या कामगारांची स्फूर्तिदायक स्मृती जतन करण्यासाठी १ मे हा कामगार दिन म्हणून साजरा केला जातो.

भारतातील पहिला कामगार दिन तत्कालीन मद्रास शहरात १ मे १९२३ रोजी पाळण्यात आला. 'लेबर किसान पार्टी हिंदुस्थान' या संघटनेने हा दिवस पाळला होता. याच दिवशी भारतात सर्वप्रथम लाल बावटा वापरण्यात आला.

१ मे : संयुक्त महाराष्ट्राचा लढा... (महाराष्ट्र दिन)

राज्याची पुनर्रचना भाषावार निकषांवर करावी, अशी मागणी इंग्रज राजवटीत

केली होती. १९०५मध्ये लॉर्ड कर्झनने बंगालची फाळणी करण्याचे ठरविल्यानंतर भाषावार प्रांतरचनेला बळ मिळाले आणि या मागणीला जोर आला. काँग्रेसने भाषावार प्रांताचे तत्त्व मान्य करून प्रदेश काँग्रेस समितीची भाषावार पुनर्रचना १९२०मध्ये करण्यात आली; परंतु, स्वातंत्र्याच्या काळात भाषावार प्रांतरचनेचा मुख्य प्रश्न बसनात गुंडाळून ठेवला असला, तरी स्थानिक जनतेकडून भाषावार प्रांतरचनेला मोठा पाठिंबा मिळत होता. याचा परिणाम काँग्रेसच्या अस्तित्वावर होण्याची दाट शक्यता निर्माण झाली. ब्रिटिश राजवटीत मराठी भाषिकांची विभागणी बॉम्बे प्रेसिडेन्सी, सेंट्रल प्रोव्हिन्सेस अँड बेरार आणि निझामी संस्थान अशा तीन विभागांत झाली होती. स्वातंत्र्यपूर्व काळातील ही अनैसर्गिक विभागणी स्वातंत्र्योत्तर काळातही चालू राहिली. ही विभागणी मराठी भाषिकांना मान्य नव्हती. संविधान समितीने आणि केंद्र सरकारने भाषावार प्रांतरचना आयोग १७ जून १९४८ रोजी नेमला. या आयोगाचे अध्यक्ष अलाहाबाद उच्च न्यायालयाचे निवृत्त न्यायाधीश एस. के. दार हे होते. या आयोगाला 'दार आयोग' असे म्हटले जाते. दार समितीच्या आयोगाला सर्व स्तरांवरून विरोध झाला म्हणून १९४०मध्ये पं. नेहरू, वल्लभभाई पटेल यांची समिती नेमली. या समितीला 'जेव्हीपी' समिती म्हणून ओळखले जात होते. या समितीकडून योग्य निर्णय न झाल्याने २२ डिसेंबर १९५२मध्ये फाजल अली यांच्या नेतृत्वाखाली राज्य पुनर्रचना समितीची स्थापना करण्यात आली. संयुक्त महाराष्ट्र समर्थक नेत्यांनी मुंबई प्रांतातील मराठी भाषिक प्रदेश, नागपूर वऱ्हाड आणि निझामी राजवटीतील मराठवाडा हे सगळे मराठी भाषिकांचे 'महाराष्ट्र' असे राज्य निर्माण झाले पाहिजे, असे सर्व पुराव्यानिशी समितीसमोर सविस्तर मांडले. याला सर्व स्तरांतून पाठिंबा होता, तर महागुजरात परिषदेने मुंबई प्रांतातील गुजराथी प्रदेश, सौराष्ट्र व कच्छ यांची मागणी केली. राज्य पुनर्रचना समितीने मुंबईसह संयुक्त महाराष्ट्र व महागुजरात या दोन्ही मागण्या फेटाळून लावल्या आणि विदर्भाचे स्वतंत्र्य राज्य करावे, असे सुचवून ठरलेले मराठी व गुजराथी भाषिकांचे संतुलित असे द्वैभाषिक राज्य निर्माण करावे, असे मत अहवालात व्यक्त केले. राज्य पुनर्रचना समितीच्या अहवालामुळे मराठी भाषिकांवर प्रचंड अन्याय झाला असून, यांच्या निषेधार्थ मोर्चा, आंदोलन व सभांचे आयोजन केले. यात मराठी भाषिकांनी पाठिंबा दिला. जनतेमध्ये प्रचंड असंतोष पसरला व त्याचाच परिणाम म्हणून १९५५ रोजी प्रचंड दंगे होऊन आर्थिक व जीवितहानी झाली.

मुंबईचा अंतर्भाव महाराष्ट्रात करू नये, अशी मागणी गुजराथी धनिक व्यापारी व काँगेसमधील त्यांच्या पाठीराख्यांची होती. त्यांचा संयुक्त महाराष्ट्राला विरोध होता. मुंबई महाराष्ट्रापासून वेगळी राहावी म्हणून नवनवीन पर्याय आले. मुंबई ही केंद्रशासित ठेवावी,

असाही पर्याय ठेवण्यात आला; परंतु, संयुक्त महाराष्ट्र समर्थकांनी मुंबई हे आमचे हृदय असून, ते आम्ही कधीही वेगळे करू देणार नाही. असे पं.नेहरूंना ठणकावून सांगितले व पर्याय धुडकावण्यात आले. १६ जानेवारी १९५६ रोजी मुंबई हा केंद्रशासित प्रदेश राहील, असा निर्णय केंद्र सरकारच्या वतीने घेण्यात आला. या निर्णयाचे तीव्र पडसाद संपूर्ण महाराष्ट्रात पसरले. महाराष्ट्रात या निर्णयाच्या विरोधात सार्वजनिक बंद पाळण्यात आला. १६ जानेवारी १९५६ रोजी पोलिसांनी गोळीबार केला. त्यानंतर वेगवेगळ्या ठिकाणी संयुक्त महाराष्ट्रासाठी १०५ मराठी भाषिक शहीद झाले. ६ फेब्रुवारी १९५६मध्ये सर्व मराठी भाषिक समर्थक नेत्यांचा संयुक्त महाराष्ट्र समिती हा राजकीय पक्ष संघटित झाला. ४ डिसेंबर १९५९मध्ये द्वैभाषिक राज्याचे विभाजन करण्याचा ठरावा सहमत केला. १ मे १९६०मध्ये मुंबईसह महाराष्ट्र राज्याची निर्मिती झाली व महाराष्ट्र हे भारतातील महत्त्वाचे व प्रगत राज्य ठरले आहे. विविध क्षेत्रांमध्ये महाराष्ट्र हे अग्रगण्य राज्य आहे.

‘बहु असोत सुंदर संपन्न की महान
प्रिय अमुचा एक महाराष्ट्र देश हा’

८ मे : रेडक्रॉस दिन

जगातील बहुतेक सर्व देशांमधील नागरिकांचा सहभाग असलेली मानवतावादी, सेवाभावी व स्वयंसेवी संघटना युद्धात जखमी झालेल्या व आजारी सैनिकांची देखभाल व शुश्रूषा करण्याच्या मूळ उद्देशाने ही स्थापण्यात आली. नंतर हिची उद्दिष्टे व्यापक होत जाऊन मानवी हालअपेष्टा, कष्ट, यातना, नैसर्गिक आपत्ती इत्यादी क्षेत्रांत ही संघटना सेवा करण्याचे काम करू लागली. हेन्री ड्युनॉट यांनी रेडक्रॉसच्या संकल्पनेला जन्म दिला. त्यांचा जन्म ८ मे १८२८ रोजी स्वित्झर्लंडमधील जिनिव्हा येथे झाला. त्यांचा जन्म दिवस ‘रेडक्रॉस दिन’ म्हणून जगभर साजरा केला जातो.

८ मे १९४८मध्ये पहिला रेडक्रॉस दिन साजरा करण्यात आला. २४ जून १८५९मध्ये फ्रेंच व इटालियन यांची ऑस्ट्रियनांशी सॉलफेरीनो येथे लढाई झाली. या लढाईतील अनेक जखमी माणसे हेन्री ड्युनॉट यांनी पाहिली. त्यांच्या हालअपेष्टा, त्यांच्याकडे होणारे दुर्लक्ष, औषध व उपचारांचा अभाव, मृतांविषयीची अनास्था हे सर्व पाहून ड्युनॉट व्यथित झाले व स्थानिक लोकांची मदत घेऊन त्यांनी जखमींची शुश्रूषा केली. ‘मेमरी ऑफ सेलफरिनो’ या पुस्तकामध्ये या कामाचा अनुभव त्यांनी सांगितला आहे. १८६३मध्ये जिनिव्हातील उत्साही सामाजिक कार्यकर्ते एकत्र येऊन पाच जणांची आंतरराष्ट्रीय समिती स्थापन केली. त्या समितीचे सर्वस्वी हेन्री ड्युनॉट होते. या समितीने आंतरराष्ट्रीय रेडक्रॉसची

स्थापना केली. पक्ष, वंश, धर्म यांचा विचार न करता मानवी दुःखात सहभागी होऊन त्यांचे दुःख निवारण्याचे काम करणारी रेडक्रॉस चळवळ एक स्वयंप्रेरित आंतरराष्ट्रीय संघटना म्हणून उदयास आली. आज जगातील प्रत्येक देश या आंतरराष्ट्रीय संघटनेशी संलग्न आहे आणि या संघटनेचे बोधचिन्ह पांढऱ्या शुभ्र पार्श्वभूमीवर अधिक चिन्हासारखी तांबडी फुली हे संघटनेचे बोधचिन्ह असून, त्यावरूनच संघटनेचे 'रेडक्रॉस' हे नाव पडले आहे.

भारतीय रेडक्रॉस संस्था : पहिल्या महायुद्धाच्या सुमारास भारताचा रेडक्रॉस चळवळीशी संबंध आला. १९१३मध्ये भारतीय कंपनी अधिनियमानुसार रेडक्रॉस असोसिएशनची नोंदणी करण्यात आली. या कार्यासाठी मोठ्या रकमेची देणगी मिळाली व या असोसिएशनचे काम सुरू झाले. बंगालचा दुष्काळ व इतर नैसर्गिक आपत्तीच्या वेळी या संस्थेने बचाव व मदत कार्य केले. २७ मार्च १९२० रोजी तत्कालीन शासनाच्या नियमान्वये ब्रिटिश रेडक्रॉसची शाखा म्हणून भारतीय रेडक्रॉसची स्थापना झाली. नंतर सर्व देशभर रेडक्रॉसच्या शाखा संघटित करण्यात आल्या. आज भारतीय रेडक्रॉस संस्थेची राज्य, जिल्हा व तालुका अशा तीन शाखांत विभागणी केलेली आहे.

९ मे : जागतिक मातृ दिन

'आई' शब्द उच्चारताच माधव ज्युलियन यांच्या कवितेची आठवण होते. 'प्रेमास्वरूप आई, वात्सल्य सिंधू आई ...' या सर्व सद्‌गुणांचा अनमोल खजिना 'आई' या शब्दात आहे. अशा मातृत्वाच्या भांडाराच्या आईचा वर्षातून एकदा तरी गुणगौरव व्हावा, ही सर्वांची इच्छा होय. आईचा वर्षातून एका दिवशी मान-सन्मान व्हावा व तिच्या त्यागाचे व कर्तृत्वाचे कौतुक व्हावे, असे सर्वच मुलामुलींना वाटते. मातृ दिनाचा जन्म अमेरिकेत झाला. अमेरिकेत एक शिक्षिका होती. तिचे नाव होते ॲन रीस जार्वीस. ही शिक्षिका अत्यंत ममताळू होती. तिची इच्छा होती की, कुटुंबासाठी त्यागमय जीवन जगणाऱ्या आईचा जागतिक स्तरावर गौरव व्हावा व त्या दिवशी जगातील सर्व मातांचा कौतुक सोहळा व्हावा. मात्र, जार्वीसचे हे स्वप्न तिच्या जिवंतपणी साकार होऊ शकले नाही. जार्वीस दुर्दैवाने ९ मे १९०५ रोजी हे जग सोडून निघून गेली. तिला एक मुलगी होती. तिचे नाव होते ॲना जार्वीस. ॲनाचे आपल्या आईवर खूप प्रेम होते. तिला आईची इच्छा माहीत होती. आईची इच्छा पूर्ण करण्याचा तिने निर्णय घेतला. आपल्या स्वर्गवासी आईच्या स्मृतिप्रीत्यर्थ तिने एका सभेचे आयोजन केले. या सभेत कुटुंबातील आईचे महत्त्व व आपल्या जीवनातील

आईचे स्थान याबाबत तिने सविस्तर भाषण केले. याची दखल त्या वेळचे तत्कालीन राष्ट्राध्यक्ष वुड्रो विल्सन यांनी घेतली. त्यांनाही मातेविषयी व तिच्या मुलाप्रतीच्या कर्तव्याविषयी आत्मीयता होती. राष्ट्राध्यक्ष वुड्रो विल्सन यांनी आर्वीसच्या मातृप्रेमाची दखल घेऊन ९ मे १९१४ रोजी जाहीर केले की, प्रत्येक वर्षाच्या मे महिन्यातील दुसरा रविवार मातृ दिन संपूर्ण विश्वात साजरा होणार, यास त्यांनी कायदेशीर मान्यता दिली. तेव्हापासून जगात मे महिन्याच्या दुसरा रविवार मातृ दिन म्हणून साजरा होऊ लागला. या दिवशी मुले-मुली वडीलधारी मंडळी आपल्या मातेचा गौरव करतात. तिच्या प्रती ऋण व्यक्त करतात. आईच्या उत्तमोत्तम संस्कारातून बालकांच्या निकोप, निरोगी व निर्मळ मनाची जडणघडण होत असते.

१२ मे : जागतिक परिचारिका दिन : फ्लॉरेन्स नाईटिंगेल

१२ मे हा जागतिक परिचारिका दिन म्हणून पाळला जातो. 'नर्सिंग' या सेवाभावी पेशाला आज समाजामध्ये प्रतिष्ठा प्राप्त झाली आहे; पण एक काळ असा होता की, या पेशाकडे लोक तिरस्काराने पाहात. इ.स.१८५४ रोजी झालेल्या क्रिमियन युद्धातील जखमी सैनिकांना मलमपट्टी करीत हिंडणारी आद्य परिचारिका (नर्स) फ्लॉरेन्स नाईटिंगेल यांचा हा जन्म दिवस आहे. फ्लॉरेन्स नाईटिंगेल यांना आधुनिक शुश्रूषा शास्त्राची संस्थापिका समजले जाते. आपले सारे आयुष्य तिने नर्सिंग या पेशाला बहाल केले. त्यासाठी ती आजन्म अविवाहित राहिली. १२ मे हा तिचा जन्म दिवस, जगातील सर्व रुग्णालयांतून 'जागतिक परिचारिका दिन' म्हणून साजरा केला जातो. रुग्णांवर मायेची फुंकर घालून त्यांची अहोरात्र सेवा करणाऱ्या परिचारिकांचे जीवन कष्टमय, दुःखप्रद आहे; पण अशातही स्वतःच्या आयुष्यातला काळोख विसरून रुग्णाच्या जीवनात आनंदाचा दिवा प्रज्वलित करण्यासाठी त्यांची धडपड सुरू आहे. दरवर्षी ६ ते १२ मे हा आठवडा संपूर्ण जगभरात 'आंतरराष्ट्रीय नर्सेस आठवडा' म्हणून साजरा केला जातो.

फ्लॉरेन्स नाईटिंगेल या परिचारिकेचा जन्म १२ मे १८२० रोजी एका श्रीमंत कुटुंबात झाला. गरिबांबद्दल तिला लहानपणापासून जिव्हाळा होता. काहीतरी वेगळे करावे, या ध्येयाने तिला झपाटलेले होते. ते तिला सापडले; पण त्या काळी ते एका श्रीमंत घराण्यातील मुलींना करणे शक्य नव्हते. कारण रुग्णालयाच्या आजारी माणसांची सेवा हे हलके काम समजले जायचे आणि तेच तिने निवडल्यावर मात्र घरातून प्रचंड

विरोध झाला. विरोधाची पर्वा न करता आयुष्यभर रुग्णांच्या वेदनेवर फुंकर घालण्याचे काम तिने अंगीकारले.

दुसऱ्या महायुद्धाच्या वेळी फ्लॉरेन्स यांनी जखमी सैनिकांची शुश्रूषा केली. आणि संपूर्ण जगाला तिने रुग्णसेवेचा पायंडा घालून दिला. यातूनच आपल्यातल्या काही भगिनींना रोजगाराची संधी मिळेल या उदेशाने १८६० रोजी लंडनमध्ये पहिल्या नर्सिंग स्कूलची स्थापना केली. 'दिवा घेतलेली स्त्री' असही फ्लॉरेन्स यांच्याबाबतीत म्हटले जाते. त्यांनी सुरू केलेल्या नर्सिंग स्कूलमुळेच आज जगभरात परिचारिकांना महत्त्व प्राप्त झाले. फक्त महाराष्ट्रातच सुमारे अडीच लाखांहून अधिक परिचारिका आहेत. मात्र, सरकारी वैद्यकीय महाविद्यालय आणि सार्वजनिक आरोग्य विभागाचा डोलारा केवळ २३ हजार नर्सेसच्या खांद्यावर आहे. ८० टक्के खासगी रुग्णालयात रुग्णसेवेचे व्रत सांभाळण्याची जबाबदारी अप्रशिक्षित नर्सेस पार पाडतात. फ्लॉरेन्सने परिचारिकेला मानाचे स्थान मिळावे, यासाठी संस्था काढल्या. त्यावर पुस्तके लिहिली. हॉस्पिटलची रचना कशी असावी, याचे मार्गदर्शन केले. तिच्या मौलिक मार्गदर्शनाने १९०७ रोजी इंग्लंडच्या राजाने तिला 'ऑर्डर ऑफ मेरिट' हा पुरस्कार जाहीर केला. १३ ऑगस्ट १९१० रोजी तिचे निधन झाले.

मानव सेवा हेच ईश्वर सेवेचे व्रत घेतलेल्या परिचारिकांना समाजाने सन्मानाची वागणूक द्यावी.

२२ मे : आंतरराष्ट्रीय जैवविविधता दिवस

ब्राझीलमधील रिओ-डी-जानेरो शहरात ३ जून ते १४ जून १९९२ दरम्यान वसुंधरा परिषद आयोजित करण्यात आली होती. त्या परिषदेत जैवविविधतेचे संवर्धन, शाश्वत व टिकाऊ उपयोग आणि फायद्याच्या न्याय वाटपाच्या बाबतीत आंतरराष्ट्रीय करार पारित करण्यात आला. या करारातील नमूद बाबी २२ मे १९९२ पासून सर्व परिषदेत सामील झालेल्या राष्ट्रांनी मान्य केल्या तेव्हापासूनच हा दिवस आंतरराष्ट्रीय जैवविविधता म्हणून साजरा करण्यात येतो. जैवविविधतेमुळे अनेक पर्यावरण सेवा उपलब्ध झाल्या आहेत. या सेवा प्रत्यक्ष नसून अप्रत्यक्षपणे मानवी जीवन सुसह्य बनवतात.

मानवी जीवनासाठी ज्याप्रमाणे अन्न, वस्त्र, निवारा या मूलभूत गरजा आहेत, त्याचप्रमाणे जैवविविधता देखील मूलभूत बाबींपैकी एक महत्त्वाचा घटक आहे. जीवो जीवस्य जीवनम् या उक्तीप्रमाणे मानवाचे जीवन हे निसर्गातील अन्य जिवांवर आणि

घटकांवरच अवलंबून आहे. मात्र, मानवाला या बाबींचा विसर पडला आहे. जैवविविधता मुख्य प्रवाहाशी जोडणे, अशी संकल्पना यंदा या दिनाच्या निमित्ताने राबवण्याचे संयुक्त राष्ट्रसंघटनेतर्फे जाहीर करण्यात आले आहे.

कृषी, वन, मासेमारी, पर्यटन आदी अनेक अर्थकारणाशी संलग्न असलेल्या निसर्गाशी संबंधित अशा क्षेत्रामध्ये जैवविविधता जोपासण्याबाबत प्रयत्न करणे हा या संकल्पनेमागील हेतू असल्याचे संघटनेने घोषित केले आहे. या विषयाला अनुसरून दि. ४ ते १७ डिसेंबर २०१६ च्या दरम्यान मेक्सिकोतील कंकून येथे १३ वी जागतिक परिषद होणार आहे. या परिषदेमध्ये जैवविधतेवर चर्चा होईल असे सांगण्यात आले.

२०३० पर्यंत ठेवलेल्या उद्दिष्टांपैकी जैवविविधता टिकविण्याचे उद्दिष्ट हे सर्वात महत्त्वाचे आहे. गरिबीचे उच्चाटन, सर्वांना पोटभर अन्न आणि पाणी तसेच शहरातील जीवनामन उंचावणे आदी लक्ष्य जैवविविधता टिकविल्यानेच साध्य करता येऊ शकतात. मात्र अद्याप केवळ १५ टक्के देशांनीच खऱ्या अर्थाने जैवविविधता टिकविण्यासाठी प्रयत्न सुरू केले आहेत. त्यामुळे पावले उचलली पाहिजेत. असे मत संयुक्त राष्ट्रसंघाच्या सरचिटणीस बानकी मून यांनी व्यक्त केले.

२४ मे : राष्ट्रकुल दिवस

ग्रेटब्रिटन आणि एके काळी ब्रिटिश साम्राज्यात मोडणाऱ्या; पण नंतर स्वतंत्र झालेल्या काही राष्ट्रांची आंतरराष्ट्रीय संघटना ब्रिटिश साम्राज्याच्या राजकीय आणि प्रशासकीय गरजेतून एक शतकापूर्वी वसाहतींच्या परिषदेच्या (कलोनियन कॉन्फरन्स) रूपात राष्ट्रकुल (कॉमनवेल्थ) या संस्थेचा उदय झाला. साम्राज्यांतर्गत विविध वसाहतींचे गव्हर्नर आणि प्रशासक यांनी एकमेकांच्या अनुभवांची देवाण-घेवाण करावी, राजकीय आणि प्रशासकीय धोरणात एकसूत्रता आणण्याचा प्रयत्न करावा आणि वसाहत मंत्र्याकडून पुढील धोरणाविषयी मार्गदर्शन उपलब्ध व्हावे, या उद्दिष्टांसाठी प्रथम ही संस्था आणि नंतर साम्राज्य परिषद (इम्पीअरिअल कॉन्फरन्स) भरली जाऊ लागली.

२४ मे हा दिवस 'राष्ट्रकुल दिवस' म्हणून साजरा केला जातो आहे. जागतिक समस्यांवरील चर्चा उपाय, तसेच राष्ट्रकुलातील देशांचे एकमेकांशी असलेले संबंध वृद्धिंगत करणे आणि राष्ट्रकुल संघटनेचे कार्य वाढविणे ही हा दिवस साजरा करण्यामागची दिशा मानली जाते. सदस्य राष्ट्रांनी एकमेकांच्या मदतीने विविध समस्या सोडवत मार्ग काढणे, सदस्य देशांच्या नागरिकांचे आंतरक्रिया वाढवून जीवन सुखमय बनवणे, हा या दिवसाचा

प्रमुख उद्देश आहे.

१९१७च्या सुमारास कॅनडा, ऑस्ट्रेलिया, दक्षिण आफ्रिका आणि न्यूझीलंड यांना वसाहतींच्या स्वराज्याचा दर्जा मिळाला होता. १९३१मध्ये सर्व वसाहतींना क्रमाक्रमाने स्वायतत्ता देण्याचे धोरण ब्रिटिश सरकारने जाहीर केले. ग्रेटब्रिटनच्या संसदेने 'स्टॅट्यूट ऑफ वेस्टमिन्स्टर' हा कायदा करून राष्ट्रकुलाला १९३१मध्ये मान्यता दिली. साहजिकच इम्पीअरिअल कॉन्फरन्स ही संस्था कालबाह्य ठरून 'ब्रिटिश कॉमनवेल्थ ऑफ नेशन्स' ही संज्ञा रूढ झाली. १९४७मध्ये भारतास स्वातंत्र्य मिळाले आणि सार्वभौम राज्य म्हणून भारताने राष्ट्रकुलात राहण्याचा निर्णय जाहीर केला. भारत हे १९५०मध्ये प्रजासत्ताक झाले; परंतु, त्याअगोदरच १९४७ 'ब्रिटिश कॉमनवेल्थ' या नावातून 'ब्रिटिश' हा शब्द वगळण्यात आला. १९६५मध्ये राष्ट्रकुलाचे लंडनमध्ये स्वतंत्र सचिवालय स्थापन करण्यात आले.

राष्ट्रकुल परिषद (कॉमनवेल्थ) ही एक आंतरराष्ट्रीय संघटना आहे, ज्यामार्फत विविध सामाजिक, राजकीय अर्थव्यवस्था असलेले देश एकत्र येऊन समान तत्त्व व विचारांवर काम करीत.

राष्ट्रकुलाचे आणखी एक वैशिष्टच्य म्हणजे (कॉमनवेल्थ गेम्स) दुसऱ्या महायुद्धापूर्वी ब्रिटिश साम्राज्यांतर्गत देशातील हौशी खेळाडूंचे १९३० पासून दर चार वर्षांनी हे सामने होत असत. महायुद्धानंतर अनेक देश स्वतंत्र झाले, त्यामुळे या सामन्यांना १९५० पासून कॉमनवेल्थ गेम्स या नावाने संबोधण्यात येऊ लागले. या स्पर्धेत एकूण ५८ संघ भाग घेऊ शकतात. प्रत्यक्ष भाग घेणाऱ्या देशांची संख्या ४९ आहे.

३१ मे : जागतिक तंबाखू विरोधी दिन

जगभरात ३१ मे हा दिवस 'जागतिक तंबाखू विरोधी दिन' म्हणून साजरा केला जातो. जागतिक आरोग्य संघटने (WHO) मार्फत या दिवसाचे औचित्य साधून सर्व प्रकारच्या तंबाखू सेवनापासून दूर राहण्याचे आवाहन करण्यात येते. त्याचबरोबर तंबाखू सेवनाचे दुष्परिणाम व आरोग्यास होणारे संभाव्य धोके याची माहिती जास्तीत-जास्त जनतेपर्यंत पोहोचवणे हा उद्देश असतो.

भारतात बहुसंख्य लोकांना तंबाखूचे व्यसन आहे. समाजातील या सर्व स्तरांवरील व सर्व वयाच्या लोकांसाठी अगदी सहजपणे, स्वस्तात उपलब्ध असणारी व अगदी दूरदूरच्या खेड्यापाड्यात पण सहजपणे मिळणारी गोष्ट म्हणजे 'तंबाखू!' याचा परिणाम म्हणजे सध्या देशात सुमारे २० कोटी नागरिक विविध प्रकारच्या तंबाखूच्या व्यसनाने ग्रस्त आहेत. प्रति क्षणाला सुमारे १ कोटी नागरिक तंबाखूमुळे होणाऱ्या विविध रोगांमुळे

आजारी असतात. यात बहुसंख्य नागरिक हे तरुण व कमावत्या वयोगटातील असतात. यापेक्षाही गंभीर बाब म्हणजे या तंबाखूजन्य आजारामुळे दरवर्षी आपल्या देशात ८ लाख लोकांचा अकाली बळी पडतो.

तंबाखू कोणत्याही पद्धतीने वापरली तरी हानीही होतेच होते. एका सिगारेटच्या धुरामध्ये विविध प्रकारची विषारी आणि हानिकारक केमिकल्स असतात. उदा. आर्सेनिक, बेंझिन, अमोनिया, डी.डी.टी. टार इत्यादी.

तंबाखूची सवय तरुण वयात जडली की, परत जोडणे कठीण जाते. आज तरुण वयातील मुले फार मोठ्या प्रमाणात याच्या आहारी जात आहेत.

तंबाखू सेवनामुळे दमासदृश फुप्फुसाचे आजार, हृदयाचे रोग, लकव्यासारखे मेंदूचे आजार, पित्ताचे विकार, इत्यादी दुर्धर व गंभीर रोग उद्भवतात. तंबाखूच्या व्यसनाचा सगळ्यात गंभीर धोका म्हणजे कॅन्सरचा प्रादुर्भाव. वैद्यकीय शास्त्राने अनेक वर्षांच्या संशोधनाने हे सिद्ध केले आहे की, तंबाखू सेवनाने आठ ते दहा निरनिराळ्या प्रकारचे कर्करोग आपल्या शरीरात होतात. तोंड, घसा, जीभ, गाल, जबडा, अन्ननलिका, स्वरयंत्र, फुप्फुस, जठर, स्वादुपिंड, मोठे आतडे, मेंदू इत्यादी.

तंबाखूच्या व्यसनाला आळा घालण्यासाठी जगभरातील सरकारे आग्रही पद्धतीने कार्यरत आहेतच. सिगारेटच्या पाकिटवर धोक्याच्या सूचना, सार्वजनिक जागी सिगारेट ओढण्यावर बंदी, गुटखा उत्पादन व विक्रीवर बंदी, इत्यादींसाठी खास कायदे करून दंड, कैद इत्यादी यासारख्या कडक उपाययोजना करण्यात येतात; पण निव्वळ कायद्याने हा जटिल प्रश्न सुटण्यासारखा नाही. सध्याच्या माहिती तंत्रज्ञानाच्या युगात, फार मोठ्या प्रमाणावर, जनजागृती मोहीम राबवणे अनिवार्य झाले आहे.

तंबाखू आरोग्यास हानिकारक आहे. तंबाखूमध्ये निकोटिन असते. ते विष आहे. हे व्यसन आताच सोडा आणि संकट टाळा.

जून

४ जून : राष्ट्रसेवा दल

युवा पिढीला राष्ट्रनिष्ठा, लोकशाही, जाती धर्मनिरपेक्षता, समता इत्यादींची शिकवण देण्यासाठी काम करणारी एक प्रमुख संघटना. अखिल भारतीय राष्ट्रीय काँग्रेसच्या नेतृत्वाखाली देशात स्वातंत्र्याची चळवळ चालू होती. या चळवळीच्या

कामात शिस्त व व्यवस्थितपणा आणायला मदत करणे व लहान मुला-मुलींना जाती धर्मनिरपेक्षता राष्ट्रवादीचे धडे देणे, ही कामे करण्यासाठी युवक संघटना चालवण्याची अपरिहार्यता काँग्रेसच्या काही तरुण नेत्यांना वाटू लागली. या विचारातून न. सु. हर्डीकर यांच्या नेतृत्वाखाली १९२३मध्ये हिंदुस्थानी सेवा दलाची स्थापना झाली. मासिक झेंडावंदन शिस्तबद्ध रीतीने आयोजित करण्याचे काम हे सेवा दल करू लागले. १९३२च्या सत्याग्रहाच्या कालखंडात ब्रिटिश सरकारने हे सेवा दल बेकायदा ठरवले. दुसरे जागतिक महायुद्ध सुरू झाल्यानंतर स्वातंत्र्याच्या चळवळीस जोर चढला. स्वातंत्र्यलढ्यासाठी स्वातंत्र्यसैनिक तयार करण्यासाठी, काही सांप्रदायिक विचारांच्या संघटना जोर करू लागल्या होत्या. त्यांना विरोध करण्यासाठी वि. म. हर्डीकर, शिरूभाऊ लिमये, ना. ग. गोरे यांनी पुढाकार घेऊन ४ जून १९४१ रोजी पुणे येथे तरुणांचे शिबिर घेऊन जात-धर्मनिरपेक्षता राष्ट्रवाद जोपासण्यासाठी राष्ट्रसेवा दलाची पुनर्घटना केली. एस. एम. जोशी यांना नेतृत्व दिले. मुला-मुलींसाठी विविध खेळ, कवायत, प्राणायम, लेझीम, लाठी, अभ्यासवर्ग इत्यादी कार्यक्रम घ्यायचे. राष्ट्रसेवा दलाचे अनेक शाखा पश्चिम महाराष्ट्रात गावोगावी सुरू झाल्या. पुढे ९ ऑगस्ट १९४२ ला चले जाव (भारत छोडो) चळवळ सुरू झाली. या कामी राष्ट्रसेवा दलाचे अनेक कार्यकर्ते भूमिगत चळवळीत उतरले, त्यामुळे इंग्रज सरकारची सेवादलावर करडी नजर होती. अनेक कार्यकर्त्यांचा छळ झाला. भूमिगत चळवळीत खेडोपाडी सेवा दलाच्या कार्यकर्त्यांचा संपर्क वाढल्याने राष्ट्रसेवा दलाचे काम महाराष्ट्रात फार मोठ्या भागात पसरले. पुढे सातारा येथे सेवा दलाचा भव्य मेळावा झाला (१९४७). आझाद हिंद सेनेचे प्रमुख सेनानी कॅप्टन शाहनवाजखान हे त्या मेळाव्याचे प्रमुख पाहुणे होते. बारा हजार युवक-युवती मेळाव्यात सहभागी झाल्या होत्या.

राष्ट्रसेवादलाची लोकप्रियता दिवसेंदिवस बहरत गेली. सेवादलातून संस्कार घेतलेल्या कार्यकर्त्यांनी आपापल्या इच्छेनुसार विविध क्षेत्रांतून कामाचे प्रचंड कार्य उभे केले. राष्ट्रसेवा दल म्हणजे निःस्वार्थी भावनेने देशाची सेवा करणाऱ्या कार्यकर्त्यांचा कारखानाच.

पुढे पुढे काँग्रेस व राष्ट्रसेवा दलाचे वैचारिक वाद सुरू झाले. त्यातून राष्ट्रसेवादल राष्ट्रनिष्ठा, लोकशाही, विधायक कार्याचे विचार घेऊन अखेर ९ जुलै १९४७ काँग्रेसमधून वेगळे झाले.

राष्ट्रसेवा दलाने आपले ध्येय पुढेही अबाधित ठेवले. पंढरपूर येथील विठ्ठल मंदिर दलितांना खुले व्हावे, त्यासाठी साने गुरुजींनी महाराष्ट्रभर झंझावती दौरा केला. पुढे पंढरपूर येथे उपोषण केले. त्या चळवळींसाठी लोकरंजनातून लोकशिक्षण करण्याच्या हेतूने

राष्ट्रसेवा दलाचे कलापथक संघटित करण्यात आले.

राष्ट्रसेवा दलात स्त्री-पुरुषांच्या सहकार्यावर भर दिल्याने अनेक स्त्री कार्यकर्त्यांनी सेवादलात महत्त्वपूर्ण कामगिरी बजावली. १९७३ पासून समता मोर्चे, हुंडाबळी आदी कार्यक्रम हाती घेण्यात आले.

सध्या सेवादलाच्या महाराष्ट्रात मुंबई, ठाणे, पुणे, नाशिक, धुळे, जळगाव, सोलापूर, अहमदनगर, बीड, नांदेड, परभणी, कोल्हापूर, सांगली, सिंधुदुर्ग, रत्नागिरी इत्यादी जिल्ह्यांत एकूण १२३ सायंशाखा व १४ साप्ताहिक शाखा चालतात. सेवादलाने शिक्षण, आरोग्य, सहकार इ. क्षेत्रांत धडपडणारी नवी पिढी कार्यक्षम घडविली. आंतरभारती, साने गुरुजी कथामाला या चळवळींनाही सेवा दलाने सहकार्य केले आहे.

राष्ट्रसेवा दलाच्या झेंड्याचा रंग-लाल, पांढरा व निळा असा आहे. त्यावर कुदळ व फावडे यांची प्रतीके श्रमजीवी वर्गाच्या क्रांतीचे प्रतीक आहे.

५ जून : जागतिक पर्यावरण दिन

५ जून १९७२मध्ये स्वीडनमधील स्टॉकहोम येथे संयुक्त राष्ट्रसंघाच्या जनरल समितीने ५ जून हा 'जागतिक पर्यावरण दिवस' म्हणून जाहीर केला. जगातील वाढते प्रदूषण व त्यामुळे पर्यावरणास निर्माण होणारे धोके लक्षात घेऊन लोकांच्या मनात जनजागृती करणे हा या मागचा प्रमुख उद्देश होता. जगभरातील १०० पेक्षा अधिक देश हा दिवस साजरा करतात. सन २०११मध्ये भारताला या दिनाचे यजमानपद मिळाले होते. दरवर्षी या दिनानिमित्त एखादी विशेष संकल्पना निवडली जाते व वर्षभर ती राबवली जाते.

आपल्या दैनंदिन जीवनात पर्यावरणाचे महत्त्व काय आहे आणि पर्यावरण बिघडले तर कोणत्या समस्या निर्माण होऊ शकतात, हे सामान्य लोकांना समजावे व त्यातून जनजागृती व्हावी म्हणून पर्यावरण मंत्रालय स्वयंसेवी संस्था यांच्याद्वारे वेगवेगळे कार्यक्रम राबविले जातात. या वर्षी पर्यावरण मंत्रालयाने 'स्वच्छ भारत सुंदर भारत अभियान' सुरू करून लोकांमध्ये स्वच्छतेविषयी नवी संकल्पना भारतीय जनतेपर्यंत पोहचवली. पूर्वी काही पर्यावरणप्रेमी व्यक्ती एकत्र येऊन पर्यावरण संवर्धनासाठी प्रयत्न करायचे. अशाच लोकांपासून पर्यावरणाचे महत्त्व आणि होणारा ऱ्हास समजू लागला आणि त्याने जगभरात महत्त्वाचा विषय म्हणून विस्तार केला. पर्यावरणशास्त्राचे महत्त्व ओळखून आता सर्वोच्च न्यायालयानेदेखील हा विषय शिक्षण क्षेत्रात प्रत्येक टप्प्यावर

म्हणजे अगदी लहानपणापासून सक्तीचा केलेला आहे. याचाच भाग म्हणून १९८६मध्ये तयार केलेल्या राष्ट्रीय अभ्यासक्रमात पर्यावरण शिक्षणाचा समावेश केला आहे.

आपण असे म्हणतो की, पंचमहाभूतांपासून ही सृष्टी बनलेली आहे आणि प्रत्येक सजीवाला जगण्यासाठी ही पंचमहाभूते गरजेची असतात. या पंचमहाभूतांपैकी एक घटक म्हणजे 'हवा' होय. हवेचे प्रदूषण आपणच केलेले आहे. त्यासाठी वेगवेगळे रासायनिक कारखाने, वाढती लोकसंख्या, वाहनांची वाढती संख्या इत्यादी गोष्टी कारणीभूत आहेत. पाणी हेदेखील आपणच प्रदूषित केलेले आहे. सध्याच्या स्थितीत पिण्यायोग्य पाणी कुठेच उपलब्ध नाही. सांडपाण्याचा निचरा योग्यप्रकारे न होणे, कचऱ्याची विल्हेवाट योग्यप्रकारे न लावणे यासारख्या गोष्टींमुळे जगभरातील सर्व पाण्याचे स्रोत प्रदूषित झालेले आहेत.

ज्या गंगा-जमुना नद्यांना आपण पवित्र मानतो, त्या जगातील पहिल्या दहा प्रदूषित नद्यांमध्ये समाविष्ट आहेत. प्रसिद्ध शास्त्रज्ञ जयंत नारळीकर तर म्हणतात की, 'आपण प्रकाशाचेही प्रदूषण केले आहे म्हणजे येणारा प्रकाश हासुद्धा प्रदूषित झालेला आहे. याचे प्रमुख कारण म्हणजे वातावरणात प्रचंड प्रमाणात धुलीकण आहेत. तसेच आपण वेगवेगळ्या उपकरणांमध्ये अल्ट्राव्हॉयलेट किरणांचा वापर मोठ्या प्रमाणात करत आहोत. ही किरणे वातावरणात पसरतात, त्यामुळे ओझोनचा थर कमी होत आहे. या ओझोनमुळे सूर्यकिरणांपासून येणारी अतिनील किरणे थेट पृथ्वीवर येण्यापासून अडविली जातात; पण तोच थर कमी झाल्यामुळे ही किरणे थेट पृथ्वीपर्यंत येऊ लागली आहेत.

ध्वनिप्रदूषण, मातीप्रदूषणही मोठ्या प्रमाणात वाढलेले दिसते.

अलीकडच्या काळात ग्लोबल वॉर्मिंग ही समस्याही खूप वाढली आहे. नैसर्गिक संतुलनासाठी एकूण जमिनीच्या ३३ टक्के जमिनीवर जंगल असावे, असे पर्यावरणशास्त्र सांगते; पण आज भारतासारख्या विकसनशील देशात दहा टक्के जमिनीवर जंगले शिल्लक राहिली आहेत.

पर्यावरणाच्या ऱ्हासाचे आणखी एक मोठे कारण म्हणजे अलीकडच्या काळात येऊ घातलेली 'यूज अँड थ्रो' संस्कृती होय.

पर्यावरणाच्या संरक्षणासाठी करावयाचे अनेक उपाय जितके सोपे तितकेच अवघड. यासाठी राजकीय, सामाजिक, शासकीय आणि वैयक्तिक स्तरांवर कार्य करणाऱ्या लोकसेवकांची प्रचंड गरज आहे. या सर्वांनी पर्यावरणवादी व्हावे, तरच आपण पर्यावरणाचा ऱ्हास रोखू शकतो.

चला, बदल घडवू या...

१० जून : जागतिक नेत्रदान दिन

१० जून जागतिक नेत्रदान दिन म्हणून सर्वत्र पाळला जातो. जगप्रसिद्ध डोळ्यांचे डॉक्टर आर. ए. भालचंद्र यांच्या कार्याची आठवण म्हणून १९८२ पासून १० जून हा दृष्टिदान दिन म्हणून साजरा केला जातो.

यानिमित्ताने नेत्रशिबिर, नेत्रतपासणी, बालकांना 'अ' जीवनसत्त्वाचे डोस देणे वगैरे कार्यक्रम केले जातात. महाराष्ट्रात अनेक नेत्रपेढ्या आहेत. मुंबईतील जे. जे. इस्पितळात दृष्टिदानाशी संबंधित शस्त्रक्रिया प्रशिक्षणाची सोय आहे.

मुंबईत २०००मध्ये सुमारे एक कोटी लोकसंख्या असताना सुमारे दीड लाख अंध होते. दरवर्षी १० हजारांपेक्षा अधिक अंधांची भर पडत असते. मात्र, वर्षाला केवळ २ हजार व्यक्ती नेत्रदान करतात म्हणून जवळच्या नेत्रपेढीशी संपर्क साधून आपले नाव नोंदविल्यास कदाचित आपल्या डोळ्यांचे खऱ्या अर्थाने सार्थक होईल. १० ते १६ जून या काळात दृष्टिदान सप्ताह असतो. १५ ऑगस्ट ते ८ सप्टेंबर या काळात नेत्रदान पंधरवडा असतो. 'मरावे परी नेत्ररूपी उरावे' हाच या विशेष दिनाचा संदेश आहे.

१२ जून : जागतिक बालमजुरीविरोधी दिन

भारत सरकारने विविध कायदे केले आहेत आणि योजना आखल्या आहेत. बालमजुरी कायदा १९८६ या कायद्यान्वये १४ वर्षांखालील जी मुले स्वतः आणि आपल्या परिवाराच्या उदरनिर्वाहासाठी मोलमजुरी, रोजगार करतात, त्यांना बालकामगार म्हणतात. घरची गरिबी, आई-वडिलांची लाचारी व अन्य कारणांमुळे या मुलांना मोलमजुरी करणे भाग पडते. १२ जून हा दिवस 'जागतिक बालमजुरीविरोधी दिन' म्हणून पाळण्यात येतो.

आज जगात २१५ मिलियन बालकामगार आहेत. संयुक्त राष्ट्रसंघाच्या इंटरनॅशनल लेबर ऑर्गनायझेशनच्या पाहणीनुसार जगात सर्वाधिक बालकामगार भारतात आहेत. बालकामगार असणे हे देशाच्या विकास व्यवस्थेचे कुरूप लक्षण आहे.

बालकामगारांसाठी सर्वांत उपेक्षित भाग शेतीक्षेत्रात आहे. बिगरशेती क्षेत्रात मुले मुख्यतः हॉटेल, घरगुती व लहान उद्योग वगैरे ठिकाणी कामे करतात. काही हानिकारक रासायनिक उद्योगांतही बालकामगार भरपूर प्रमाणात दिसतात. त्यात दिवाळीच्या दारू सामानाचे कारखाने सर्वांत पुढे आहेत. वेळेची मर्यादा न ठेवता काम करणे, अपुऱ्या सेवा

सवलती हे सर्व इथे भोगावे लागते. कायद्याने १४ वर्षांखालील मुलांना कामावर लावण्याची मनाई आहे. चौदा ते अठरापर्यंत ४ तासांपेक्षा अधिक काम करणार नाहीत, असेही बंधन आहे. प्रत्यक्षात अंमलबजावणी मात्र होताना दिसत नाही. हे सर्व नियम व कायदे केवळ कागदावरच असते.

युनिसेफदेखील या समस्यांकडे गांभीर्याने पाहात आहे. संकटग्रस्त मुलांकरिता देशातील ७२ शहरांमध्ये दूरध्वनी क्रमांक १०९८ ही सेवा दिवसातील २४ तास विनामूल्य आहे. देशातील बालकामगार हद्दपार करण्यासाठी समाजातील सर्व स्तरांवरून प्रयत्न होणे गरजेचे आहे.

२१ जून : आंतरराष्ट्रीय योग दिवस

२१ जून हा पृथ्वीवरील सर्वांत मोठा दिवस असतो. या दिवशी सूर्याचे दक्षिणायन सुरू होते. योगविद्येत या दिवसाला विशेष महत्त्व आहे म्हणून २१ जून हाच दिवस 'जागतिक योग दिवस' म्हणून साजरा करण्यात यावा, असा प्रस्ताव पंतप्रधान नरेंद्र मोदी यांनी संयुक्त राष्ट्राच्या सर्वसाधारण सभेत २७ सप्टेंबर २०१४ रोजी मांडला आणि तो संमतही झाला. या पार्श्वभूमीवर २१ जून २०१५ला जागतिक योग दिवस साजरा झाला. विशेष म्हणजे संयुक्त राष्ट्रसंघातील १७५ देशांनी या प्रस्तावाला मान्यता दिली. महासभेने इतक्या मोठ्या संख्येने मंजूर केलेला हा पहिलाच प्रस्ताव आहे. इतकेच नव्हे तर एखाद्या देशाने सादर केलेला प्रस्ताव ९० दिवसांच्या आत मंजूर करण्याची ही पहिलीच वेळ आहे. महासभेच्या जागतिक आरोग्य आणि परराष्ट्र धोरणांतर्गत जगभरातील १९९३ देशांनी २१ जूनला 'आंतरराष्ट्रीय योग दिवस' साजरा करण्याचा निर्णय घेतला आहे. भारताच्या या प्रस्तावाला जगभरातील सर्व खंडांतील आणि उपखंडांतील देशांबरोबरच संयुक्त राष्ट्रसंघातील पाच कायमस्वरूपी सदस्य असलेल्या देशांनी आणि सुरक्षा परिषदेतील देशांनी प्रस्ताव मान्य केला आहे.

महाराष्ट्रात दोन कोटींहून अधिक विद्यार्थी प्राथमिक, माध्यमिक, उच्च माध्यमिक शिक्षण घेत आहेत. विद्यार्थ्यांवरील अभ्यासाचे वाढते ताण, स्पर्धेत टिकून राहण्यासाठी करावी लागणारी धावपळ यामुळे विद्यार्थ्यांवरील ताणतणाव कमी होण्यास मदत होईल. विद्यार्थ्यांच्या सर्वांगीण विकासासाठी योग शिकवणे आवश्यक आहे.

हल्लीच्या शहरी जीवनातील सुधारलेल्या राहणीमानामुळे आपल्या दैनंदिन व्यवहारात शारीरिक हालचालींचे प्रमाण दिवसेंदिवस कमी कमी होत चालले आहे. दिवसातील बराचसा वेळ वाहनातून प्रवास करण्यात, टेबलापाशी बसून किंवा यंत्राजवळ

उभे राहून काम करण्यात खर्च होत आहे. यांत्रिक प्रगतीमुळे आपले जीवन गतिमान आणि स्पर्धायुक्त झाले आहे व त्यामुळे निर्माण होणारे शारीरिक व मानसिक तणाव पदोपदी वाढत आहेत. यामुळे आपले आरोग्य बिघडत चालले आहे.

शारीरिक व मानसिक स्वास्थ टिकवण्यासाठी आधुनिक उपचार आणि व्यायामपद्धती म्हणावी तशी परिणामकारक सिद्ध होत नाही असे दिसून येत आहे. तज्ज्ञांच्या पाहणीतून असे निष्कर्ष मिळत आहेत की, हल्लीच्या जवळजवळ ऐंशी टक्के व्याधी मानसिकतेमुळे (सायको सोमॅटिक) असून, रक्तदाब, हृदयविकार, मधुमेह, दमा, अल्सर, निद्रानाश, डोकेदुखी असे त्याचे स्वरूप असते. अशा स्वरूपाच्या मनोकायिक व्याधींसाठी योगासने व प्राणायम फारच उपयुक्त ठरते म्हणून योग दिनाच्या रूपाने भारताने जगाला दिला आरोग्याचा मंत्र.

२६ जून : अमली पदार्थविरोधी दिन

२६ जून हा दिवस अमली पदार्थविरोधी दिन म्हणून आंतरराष्ट्रीय पातळीवर पाळला जातो. या दिवशी शासन, स्वयंसेवी संस्था, व्यसनमुक्तीच्या क्षेत्रातील कार्यकर्ते निरनिराळ्या कार्यक्रमांचे आयोजन करून समाजात जाणीवजागृती करण्याचा प्रयत्न करतात. यानिमित्ताने पथनाट्ये, चर्चासत्रे, परिसंवाद आणि व्याख्यानांचे आयोजन केले जाते. या कार्यक्रमांमधून व्यसन हा एक आजार असून, तो योग्य उपचार दिल्यास बरा होऊ शकतो, असा संदेश देण्याचा प्रयत्न केला जातो.

आज संपूर्ण जगाभोवती अमली पदार्थांचा विळखा आहे. मद्यासह चरस, गांजा, ब्राऊन शुगर, झोपेच्या गोळ्या, कोकेन, क्रॅक आणि कृत्रिमरीत्या तयार झालेली 'सिंथेटिक ड्रग्ज' यांचा वापर दिवसेंदिवस वाढत आहे. सुमारे तीन दशकांपूर्वी तंबाखू, दारू, चरस, अफू, गांजा यांसारख्या अमली पदार्थांचे व्यसन केले जात असे. विज्ञानाच्या प्रगतीसोबत या प्रांतातही नवनवीन अमली पदार्थ दाखल झाले. ताणतणाव सैल करण्याच्या निमित्ताने, वेगळा अनुभव घेण्याच्या निमित्ताने या पदार्थांचा वापर होऊ लागला आणि तरुण पिढी अमली पदार्थांच्या आहारी गेली.

व्यसन हा आजार नसून, एक विकास असल्याचे मत जागतिक आरोग्य संघटनेने म्हटले आहे. आज जागतिक पातळीवर संघटना, स्वयंसेवी संस्था व्यसनाधीन झालेल्या व्यक्तीचे पुनर्वसन करण्याच्या प्रयत्नात आहेत. अमली पदार्थ्यांच्या प्रश्नाने उग्र रूप धारण केल्यानंतर त्यांच्याही प्रयत्नात धार आली आहे. मुळात कोणतीही व्यसनाधीन व्यक्ती

ठरवून व्यसनाच्या आहारी जात नाही. एकदा घेतलेला अनुभव त्या व्यक्तीला पुन्हा पुन्हा अमली पदार्थांचा वापर करण्यास प्रवृत्त करतो. या प्रक्रियेत त्या व्यक्तीची विशिष्ट अमली पदार्थ पचवण्याची क्षमता वाढत जाते. क्षमता वाढते तसे अमली पदार्थांचे प्रमाणही वाढत जाते. अखेरीस ही व्यक्ती अमली पदार्थांच्या आहारी जाते. ती शारीरिक तसेच मानसिकदृष्ट्या अमली पदार्थांवर अवलंबून राहू लागते. ही एक प्रकारची गुलामीच असते. व्यसनाच्या जाळ्यात सापडलेल्या व्यक्तीला विशिष्ट वेळी आणि विशिष्ट प्रमाणात अमली पदार्थ मिळाले नाहीत, तर तिला शारीरिक व मानसिक तणाव होऊ लागतात. वैद्यकीय भाषेत या लक्षणांना 'विथड्रॉवल सिम्प्टनस' तर मराठीत वियोग लक्षणे असे संबोधले जाते. अमली पदार्थ न मिळाल्यामुळे शारीरिक स्तरावर पोटात वेदना होणे, नाकाडोळ्यांतून पाणी येणे, उलट्या-जुलाब होणे यासारखी लक्षणे दिसू लागतात, तर मानसिक स्तरावर बेचैनी, भीती, अस्वस्थता, नैराश्य, चिडचिड इत्यादी लक्षणे आढळू लागतात. अमली पदार्थ खरेदी करण्यासाठी पैसे उभारणे आवश्यक असते. व्यसनाधीन व्यक्ती हे पैसे उभे करण्यासाठी कोणतेही दिव्य करण्यास तयार होते. अमली पदार्थ उपलब्ध होऊन शरीराची गरज भागली की, या व्यक्तीच्या वेदना कमी होतात, असे दररोज घडत असल्याने व्यसनाधीन व्यक्ती अमली पदार्थांच्या दुष्टचक्रात सापडते.

व्यसनाच्या गर्तेत सापडलेल्या व्यक्तीला चांगले आणि वाईट, योग्य-अयोग्य, नीती-अनीती यांचे भान नसते. त्यामुळे कुटुंबीय तिचा तिटकारा करू लागतात, व्यसनात सापडलेल्या व्यक्तीचे व्यसन बंद व्हावे यासाठी कुटुंबीय अंगारे-धुपारे, नवस-सायास, गंडे-दोरे यांसारखे उपाय योजतात. मात्र, त्यांना यश येत नाही. कारण हा आजार बरा करावयाचा असेल तर मानसिक तसेच शारीरिक उपचारांची गरज असते.

सुदैवाने आज देशाच्या पश्चिम विभागात ९० व्यसनमुक्ती केंद्रे कार्यरत आहेत, त्यांना शासनामार्फत अनुदान मिळते.

व्यसनाधीन झालेला रुग्ण वेडा किंवा गुन्हेगार नसून, तो एक आजारी माणूस आहे, याची समाजाने दखल घ्यायला हवी. अमली पदार्थांची विक्री आणि वाहतूक करणाऱ्या व्यक्तीच खऱ्या अर्थाने गुन्हेगार आहेत. या संदर्भात जनजागृती व्हावी म्हणूनच २६ जून हा दिवस अमली पदार्थविरोधी दिन म्हणून पाळला जातो.

महाराष्ट्रात मुक्तांगण व्यसनमुक्ती केंद्र, पुणे, कृपा फाउंडेशन मुंबई, मैत्री व्यसनमुक्ती केंद्र, नागपूर, संयम व्यसनमुक्ती केंद्र, कल्याण, मुक्तीपथ यांसारख्या संस्था कार्यरत आहेत.

संयुक्त राष्ट्रसंघातर्फे १९८७ पासून २६ जून मादकविरोधी दिन करण्यात येतो. या दिवशी मादक पदार्थांचे दुष्परिणाम, उपचार आणि पुनर्वसन या दृष्टीने विशेष प्रयत्न केले जातात. सर्वच देश यासाठी प्रयत्नशील आहेत.

२६ जून : सामाजिक न्याय दिवस
(छत्रपती शाहू महाराज जयंती)

सामाजिक न्याय हाच समाज विकासाचा महामार्ग

भारताच्या इतिहासात ज्या राज्यांनी समाजातील गोरगरीब, मागासवर्गीय, उपेक्षित आर्थिकदृष्ट्या दुर्बल घटकांच्या सर्वांगीण विकासाला सर्वोच्च प्राधान्य दिले. त्यात छत्रपती राजर्षी शाहू महाराजांचे नाव अग्रणी घेतले जाते. समाजातील 'आहेरे आणि नाहीरे' या वर्गातील दरी मिटविण्यासाठी महाराजांनी आपले सारे आयुष्य पणाला लावले. मागासवर्गीयांचे जीवनमान सुधारून त्यांना समाजाच्या मुख्य प्रवाहात आणण्यासाठी शाहू महाराजांनी कोल्हापूर संस्थानात 'आरक्षण कायदा' लागू केला. समाजात सामाजिक समता प्रस्थापित करण्याच्या उद्देशाने त्यांनी अस्पृश्यता निवारण, जातिभेद निर्मूलन, बलुतेदारी पद्धतीवर बंदी, स्त्रीशिक्षण, महिला संरक्षण कायदा, महारवतन खालसा, देवदासी प्रथेचे उच्चाटन, विधवा पुनर्विवाह कायदा, आंतरजातीय विवाहास प्रोत्साहन यासंबंधीचे समाजोपयोगी निर्णय अमलात आणले. महाराष्ट्र शासनाने शाहू महाराजांचा जयंती दिन हा सामाजिक न्याय दिवस म्हणून साजरा करण्याचा निर्णय घेतला आहे.

राजर्षी शाहू महाराजांचे मूळ नाव यशवंतराव होते. त्यांचा जन्म कोल्हापूर जिल्ह्यातील कागल येथील घाटगे घराण्यात झाला. शाहू महाराजांनी २८ वर्षे राजकारभार केला. त्यांनी आपल्या काळात प्राथमिक शिक्षण मोफत व सक्तीचे केले. स्त्री शिक्षणाचा प्रसार व्हावा यासाठी त्यांनी राजाज्ञा काढली. जातिभेद नष्ट करण्यासाठी त्यांनी सवर्ण व अस्पृश्यांच्या वेगळ्या शाळा भरवण्याची वाईट पद्धत १९१९मध्ये बंद केली.

शाहू महाराजांनी आपल्या संस्थानास नाट्य, संगीत, चित्रपट क्षेत्रांतील कलावंतांना राजाश्रय दिला.

आधुनिक पद्धतीने शेतकऱ्यांनी शेती करावी, यासाठी शाहू महाराज आग्रही असत. कृषिविषयक आधुनिक तंत्रज्ञानाचा प्रसार व्हावा, या हेतूने १९१२मध्ये त्यांनी कोल्हापूरात 'किंग एडवर्ड ॲग्रिकल्चर इन्स्टिट्यूट'ची स्थापना केली.

आपण केवळ शेतकरी वा सैनिक व्हावे, ही गोष्ट समाधानकारक नाही. यासाठी व्यापार उद्योगात प्रगती व्हावी म्हणून शाहूंनी आपल्या वडिलांच्या स्मरणार्थ शिरोळ येथे जयसिंगपूर बाजारपेठ स्थापन केली. अशा प्रकारे कोल्हापूर संस्थानात उद्योगांचे जाळ निर्माण करून लाखो लोकांचा उदरनिर्वाहाचा प्रश्न सोडविला, त्यामुळेच आजही शाहूंची 'दूरदृष्टीचा राजा' म्हणून जनमानसात ख्याती आहे.

महाराष्ट्र शासनाने शाहू महाराजांच्या शैक्षणिक धोरणाचा अंगीकार करून इयत्ता

१० वी ते १२ वीच्या परीक्षेस प्रथम येणाऱ्या मागासवर्गीयातल्या मुला-मुलींसाठी 'राजर्षी शाहू महाराज गुणवत्ता पुरस्कार योजना' कार्यान्वित केली. या योजनेअंतर्गत राज्यात १० वी व १२ वीत सर्वसाधारण विद्यार्थ्यांमधून प्रथम येणाऱ्यास २ लाख ५० हजार रोख, प्रत्येक विभागीय बोर्डात प्रथम येणाऱ्यास एक लाख रुपये, विभागीय मंडळाच्या गुणवत्ता यादीत आल्यास ५० हजार रुपये, जिल्ह्यात प्रथम येणाऱ्यास २५ हजार रुपये, तालुक्यात प्रथम येणाऱ्यास १० हजार रुपये, ११ वीत प्रवेश घेतलेल्या मागासवर्गीयातील मुला-मुलींना शासनातर्फे राजर्षी शाहू गुणवत्ता शिष्यवृत्ती देण्यात येते.

राजर्षी शाहू महाराजांची राजपद्धती आजही राज्यकर्त्यांसाठी आदर्श व अनुकरणीय आहे. सामाजिक न्यायाच्या धोरणाचा अवलंब करणे ही राज्यशासनाची मुख्य भूमिका आहे. सामान्य माणूस हा विकासाचा केंद्रबिंदू मानून राज्यात सामाजिक न्याय प्रस्थापित करण्यासाठी शासनाचे विविध योजना व उपक्रम, लोकोपयोगी निर्णय, सामान्य जनतेपर्यंत पोहचले तरच सामाजिक समता प्रस्थापित होईल.

जुलै

१ जुलै : महाराष्ट्र कृषी दिन

(स्व. वसंतराव नाईक यांची जयंती)

हरितक्रांतीचे व रोजगार हमीचे जनक, महाराष्ट्राचे माजी मुख्यमंत्री वसंतराव नाईक यांचा जन्म १ जुलै १९१३ रोजी यवतमाळ जिल्ह्यातील पुसत इथे झाला. ते सहा वेळा विधानसभेवर निवडून गेले. कृषिक्षेत्रात विशेष कार्य केलेल्या शेतकऱ्यांचा गौरव केला जातो. १९६३मध्ये त्यांची निवड महाराष्ट्राचे मुख्यमंत्री म्हणून करण्यात आली. त्यांनी १९७५पर्यंत राज्याचे मुख्यमंत्री म्हणून कारकीर्द गाजविली. सर्वांत जास्त कार्यकाळ लाभलेले ते राज्याचे पहिले मुख्यमंत्री होते. महाराष्ट्र राज्याचे राज्याच्या स्थापनेला तीन वर्षे झाल्यानंतर त्यांची निवड मुख्यमंत्रिपदी झाली. त्यांनी औद्योगिकीरणावर जसा भर दिला तसाच शेतीच्या विकासाला प्राधान्य दिले व राज्यात हरितक्रांती घडवून आणली त्यामुळे धान्योत्पादनात देशात अग्रेसर राज्य म्हणून ओळखले जाऊ लागले. शेतीसाठी वीजपुरवठा त्यांच्या काळात वाढला. कोयना धरणाचे पाणी पश्चिम महाराष्ट्रात मिळू लागले. १९५२च्या सुमारास राज्यात तीव्र दुष्काळ पडला. त्या काळात दुष्काळग्रस्तांना मदत म्हणून 'रोजगार हमी योजना' ही अत्यंत अभिनव आणि महत्त्वाकांक्षी योजना

राज्यात राबवली. या उपक्रमातून रोजगारनिर्मितीचे उद्दिष्ट साध्य केले.

ते केवळ हरितक्रांतीचेच जनक नव्हते, तर देशाने स्वीकारलेल्या 'पंचायतराज्य' व्यवस्थेचा पहिला २९३ पानांचा अहवाल वसंतराव नाईक महसूलमंत्री असताना त्यांनी सादर केला, त्यामुळे संपूर्ण देशाने आज स्वीकारलेले पंचायतराज्य वसंतराव नाईक यांच्या 'नाईक अहवालावरच' उभे राहिलेले आहे.

महाराष्ट्रात पंचायत राज्य, जिल्हा परिषद कायदा वसंतराव नाईक यांनी सादर केलेल्या अहवालावरूनच जसाच्या तसा केला गेला आणि तोच कायदा देशभरातील सगळ्या राज्यांना लागू करण्यात आला, त्यामुळे सत्तेचे विकेंद्रीकरणाचे श्रेय जसे महाराष्ट्राचे आहे. त्याचप्रमाणे ते वसंतराव नाईक यांनाही दिले पाहिजे. त्यांनी सादर केलेल्या नाईक अहवालाचे देशभर स्वागत केले आहे.

त्यांच्या कामगिरीमुळे महाराष्ट्राचे नाव संपूर्ण देशात उज्ज्वल ठरले. त्यांचे योगदान लक्षात घेऊन १ जुलै १९८९ पासून वसंतराव नाईक यांचा जन्म दिन राज्यात कृषी दिन म्हणून साजरा करतात. ते महाराष्ट्रातील सर्वाधिक लोकप्रिय नेते होते. त्यांचा मृत्यू १ जानेवारी १९७९ मध्ये झाला.

११ जुलै : जागतिक लोकसंख्या दिन

११ जुलै हा 'जागतिक लोकसंख्या दिन/इशारा दिन' म्हणून पाळला जातो. झपाट्याने वाढणारी लोकसंख्या ही जागतिक समस्या असली, तरी आपल्या देशाच्या बाबतीत प्राधान्यक्रमाने हाताळली जावी, इतकी ही बाब गंभीर आहे.

१९५०मध्ये जगाची लोकसंख्या २५० कोटी होती. ११ जुलै १९८७मध्ये युगोस्लाव्हिया येथे मुलाचा जन्म होऊन जगाची लोकसंख्या ५०० कोटी झाली, तेव्हापासून ११ जून हा दिवस 'जागतिक लोकसंख्या दिन' म्हणून पाळला जातो. जॉनग्रॅट यांना लोकसंख्याशास्त्राचा जनक म्हणून ओळखले जाते, तर जनगणनेचा जनक म्हणून सर डेजिल इबेटसन यांना ओळखले जाते.

९ जुलै २०१२ रोजी जगाची लोकसंख्या ७,०२५,०७१,९६६ अब्ज एवढी झाली असून, भारताची लोकसंख्या १२१ कोटी एवढी नोंदविण्यात आली आहे. भारताची लोकसंख्या जागतिक लोकसंख्येचा १७% इतकी आहे. महाराष्ट्राची लोकसंख्या ११ कोटी २३ लाख इतकी झाली असून, लोकसंख्येच्या बाबतीत महाराष्ट्र हे देशातील दुसऱ्या क्रमांकाचे राज्य ठरले आहे. देशातील सर्वाधिक लोकसंख्येचा जिल्हा चौफेर पसरलेल्या ठाणे जिल्हाची नोंद करण्यात आली आहे.

१९७६मध्ये भारताने आपले पहिले लोकसंख्याविषयक राष्ट्रीय धोरण जाहीर केले. लोकसंख्याविषयक दुसरे धोरण १५ फेब्रुवारी २००० रोजी जाहीर झाले. २०४६पर्यंत भारताची लोकसंख्या पर्याप्त किंवा स्थिर करणे हा या धोरणाचा मुख्य उद्देश आहे.

एखाद्या देशाच्या एका विशिष्ट वेळेच्या लोकसंख्याविषयक सामाजिक, आर्थिक, शैक्षणिक, धार्मिक, सांस्कृतिक इतर अंगांविषयी आकडेवारी गोळा करण्याच्या, तिचे संकलन करण्याच्या व ती प्रसिद्ध करण्याच्या संपूर्ण प्रक्रियेला 'जनगणना' असे म्हणतात. १२ ऑक्टोबर १९९९ रोजी जगाची लोकसंख्या ६०० कोटी झाली. ११ मे २००० रोजी आस्था या बालिकेच्या जन्माबरोबर भारताची लोकसंख्या १०० कोटी झाली होती. भारतात दर दीड सेकंदाला १ मूल जन्म घेते. दरवर्षी होणारे ८० लाख मृत्यू वजा केले तरी भारताच्या लोकसंख्येत दरवर्षी १ : ३० कोटी लोकसंख्येची निव्वळ वाढ होते.

लोकसंख्येच्या दृष्टीने भारत हा जगातील दुसऱ्या क्रमांकाचा देश असून, अर्थातच पहिला क्रमांक चीनचा आहे. प्रचंड वाढणारी लोकसंख्या आणि मर्यादित अन्नधान्य व साधनसामग्री यामुळे जगातील गरीब व विकसनशील राष्ट्रांसमोर गंभीर आव्हान उभे आहे. भारत सरकारने त्या दृष्टीने धोरण आखले असले तरी लोकसंख्येवर नियंत्रण न ठेवल्यास कितीही प्रगतीचा दावा केला, तरी भारतातील नागरिकांचा आर्थिक, सामाजिक, शैक्षणिक व आरोग्यविषयक स्तर फारसा उंचावणार नाही, हे वास्तव आहे.

म्हणून सामाजिक व राजकीय पुढारी, वैद्यकीय क्षेत्रातील विविध कर्मचारी यांनी समाजातील सर्व स्तरांवरील लोकांना वारंवार उद्‌बोधन करून लोकसंख्येच्या दुष्परिणामाविषयी जनजागृती करावी.

लोकसंख्या नियंत्रण एकत्रित प्रयत्नांची गरज!

ऑगस्ट

९ ऑगस्ट : क्रांती दिन

९ ऑगस्ट म्हणजे काय? आचार्य अत्रे ९ ऑगस्टची माहिती सांगताना म्हणतात, "९ ऑगस्ट म्हणजे काय, हे ज्याला माहीत नाही तो मुळी भारतीयच नाही."

९ ऑगस्ट याच दिवशी अखिल हिंदी जनता जागृत होऊन ब्रिटिश साम्राज्याशी

दोन हात करायला आपल्या पायांवर उभी राहिली.

मौलाना आझाद यांच्या अध्यक्षतेखाली मुंबईत गवालिया टँक मैदानावर महात्मा गांधीनी साऱ्या भारतीयांना एक संदेश दिला 'करा किंवा मरा' १९४२च्या चळवळीला इंग्रजांना अखेरचा टोला दिला. क्यूट इंडिया (भारत छोडो) त्या वेळी त्यांनी सर्व भारतीयांत मंत्र दिला 'करा किंवा मरा'.

९ ऑगस्ट रोजी गांधीजींनी 'भारत छोडो'ची हाक दिली. दुसऱ्या दिवशी आणि दुसऱ्याच दिवशी सकाळी ब्रिटिश सरकारने भारतीय स्वातंत्र्य लढ्यातील अग्रणी नेत्यांना अटक केली. म. गांधी, पंडित नेहरू, वल्लभभाई पटेल, मौलाना आझाद, या नेत्यांना अटक करून काँग्रेस ही बेकायदेशीर संघटना असल्याचे जाहीर केले. सकाळी साडेपाच वाजता गांधीजींना ताब्यात घेतले तेव्हा त्यांनी आणखी एक मंत्र दिला आता प्रत्येक जणच पुढारी होईल.

सर्व प्रमुख नेत्यांना अटक झाली. त्या सर्वांना पुण्यात हलविण्यात आले. चिंचवड स्टेशनात म.गांधी, कस्तुरबा, महादेव देसाई, मीराबेन या चौघांना उतरवले गेले. त्यांची रवानगी गुप्त ठिकाणी केली गेली. इतर नेत्यांना पुढे नेण्यात आले. त्यांनाही गुप्त ठिकाणी ठेवण्यात आले. सर्व नेत्यांची धरपकड झाली. संपूर्ण देशात जागोजागी हरताळ, मिरवणूक, मोर्चे यांनी ऊत आला, सरकारने जमावबंदी कायदा लागू केला; पण लोकांनी त्यास भीक घातली नाही. जागोजागी लाठीमार, गोळीबार, जाळपोळ, पोलिसांचे खून असे प्रकार घडू लागले. ऑगस्ट क्रांतीचे रणशिंग फुंकले. आपल्या पुढाऱ्यांना तुरुंगात टाकल्याची बातमी वाऱ्यासारखी साऱ्या देशात पसरली; परंतु, जनता मुळीच घाबरली नाही. लोक उत्स्फूर्तपणे दडपशाहीच्या विरोधात रस्त्यावर उतरले; परंतु, निःशस्त्र जनतेवर ब्रिटिशांनी भयानक लाठीमार केला, तसेच गोळ्या घालण्यासाठी मागे पुढे पाहिले नाही. याचवेळी ग्वालिया टँक मैदानावर या प्रचंड जनसमुदायात अरुणा असफअली यांनी या वेळी भारतीय तिरंगा फडकवला. शेवटी पोलिसांनी हे आंदोलन उधळून लावले. फडकणारा राष्ट्रध्वज खाली खेचला गेला. तो सावरण्यासाठी सरसावलेल्या देशभक्तांना प्रचंड मारहाण केली गेली.

याचवेळी काँग्रेस रेडिओ मुंबईत गुपचूपपणे चालवला जात होता. भूमिगत चळवळीस पोषक असा रेडिओ होता. तो कोठून चालवला जात होता. हे कोणालाच माहीत नव्हते. हा अशा प्रकारचा पहिलाच रेडिओ होता. मुंबईत कोठेतरी असा त्या रेडिओचा पत्ता होता. गंमत म्हणजे ब्रिटिशांच्या हाती लागू नये म्हणून ते आपली जागा सतत बदलत होते. उषा मेहता याच्या बुद्धिमत्तेतून हा रेडिओ साकारला होता. एकूण स्वातंत्र्य चळवळीत व १९४२च्या भारत छोडो आंदोलनात या रेडिओने महत्त्वाची भूमिका बजावली.

प्रमुख नेते आत होते खरे; पण आता लोकांनीच ब्रिटिश सत्तेविरुद्ध युद्ध पुकारले. संपूर्ण देश पेटला.

अच्युतराव पटवर्धन, राममनोहर लोहिया, सुचेता कृपलानी इ.ची एक समिती तयार करून प्रत्येकाने भूमिगत राहून लढा द्यायचे ठरवले. या काळात कार्यकर्त्यांमध्ये आणि जनतेमध्ये उत्साह निर्माण व्हावा, अशी घटना घडली. बिहारमधील हजारीबाग तुरुंगातून जयप्रकाश नारायण आणि त्यांच्या काही सहकाऱ्यांनी जीवावर उदार होऊन पलायन केले. या नाट्यमय घटनेने १९४२च्या चळवळीत नवे चैतन्य संचारले. गुजरातमध्ये छोटूभाई पुराणी, आंध्र, बंगालमध्ये अनुशीलन समिती फॉरवर्ड ब्लॉकच्या कार्यकर्त्यांनी झुंजारपणे चळवळ लढवली. विशेष करून महाराष्ट्रात स्थापन झालेल्या प्रतिसरकारमुळे तर इंग्रजी सत्ता कोलमडली. क्रांतिसिंह नाना पाटील तीन वर्षे साताऱ्यात राज्य करीत होते. या सर्व प्रकारामुळे ब्रिटिशांच्या छातीत चांगलीच धडक भरवली. हे आंदोलन ज्या ग्वालिया टँक मैदानावरून सुरू झाले. त्यास पुढे ऑगस्ट क्रांती मैदान म्हणून ओळखले जाऊ लागले. आजही त्या लढ्याच्या स्मृती जागवत लोक ९ ऑगस्ट रोजी क्रांती दिन साजरा करतात. संपूर्ण देशात स्वातंत्र्यासाठी एकीने दिलेला तो निकराचा लढा आज पुन्हा पुन्हा आठवायला हवा. त्यातून आपल्यात राष्ट्रभावना वाढीस लागेल आणि जेव्हा जेव्हा देशविघातक शक्ती कार्यरत होतील, तेव्हा तेव्हा आपण सारे त्या शक्तीचा एकजुटीने निःपात करू. जेव्हा जेव्हा या देशावर संकट येईल तेव्हा तेव्हा ही ऑगस्ट क्रांती मनामनांत राष्ट्रभक्तीचा दीप प्रज्वलित करील, यात शंका नाही.

९ ऑगस्ट : जागतिक आदिवासी दिवस

९ ऑगस्ट १९९५ पासून जगभरात 'जागतिक आदिवासी दिवस' साजरा करण्यात येतो. ९ ऑगस्ट हाच दिवस निश्चित करण्याचे कारण म्हणजे १९८२ या वर्षी याच दिवशी जिनिव्हा येथे आदिवासी लोकांच्या मानवी हक्क संरक्षण व प्रगतीसाठी काम करणाऱ्या संयुक्त कार्यगटांची पहिली बैठक झाली होती. त्या दिवसाची आठवण म्हणून हा 'आदिवासी दिवस' साजरा करण्याचे ठरले. महाराष्ट्रात आदिवासी विभागात ठिकठिकाणी या दिवशी कार्यक्रम होतात.

९ ऑगस्ट हा क्रांती दिवस आहे, त्यामुळे या दिवसाला अधिक महत्त्व प्राप्त झाले आहे.

महाराष्ट्रातील विविध भागांत वास्तव्य करणारे आदिवासी शतकानुशतके आपल्या अभिजात संस्कृतीचे जतन करीत आले आहेत. निसर्गाच्या कुशीत स्वच्छंद जीवन

जगणाऱ्या आदिवासींचे मन हे संवेदनशील आणि निर्मळ असते. त्यांच्या जीवनचक्र विधीमधून, धर्मविधी व श्रद्धांमधून त्यांच्या संस्कृतीचे दर्शन घडते.

आदिवासी समाजाने स्त्रीला कायम स्वातंत्र्य दिले. ही बाब अतिशय वाखाणण्याजोगी आहे. ज्या सुशिक्षित समाजात स्त्रीभ्रूणहत्या मोठ्या प्रमाणात पाहायला मिळतात. त्या समाजाने आदिवासींकडून आदर्श घ्यावा. मुलीचा जन्मदर ही या समाजाची अत्यंत जमेची बाजू आहे.

चराचराकडे समत्वाने पाहण्याची दृष्टी ही मूल्ये केवळ आदिवासी संस्कृतीमध्ये पाहावयास मिळतात म्हणूनच आदिवासी संस्कृती हीच जगातील सर्व प्राचीनातल्या प्राचीन संस्कृतीची जननी आहे. स्वातंत्र्यलढ्यात सहभागी झालेल्या आदिवासी क्रांतिकारकांची संख्या फार मोठी आहे. आदिवासी समाज हे भारताचे मूळनिवासी आहेत. आदिवासी समाजात निसर्गाला अनन्यसाधारण महत्त्व आहे. निसर्गाच्या सान्निध्यात आदिवासींनी आपली कला व संस्कृती जोपासली आणि आनंददायी जीवन विकसित केले. विविध मानवी मूल्ये, ही आदिवासी समाजामध्ये दिसून येतात. आपल्या वैशिष्ट्यपूर्ण शैलीत मनस्वी जीवन जगणारा आदिवासी समाज इतर समाजापेक्षा वेगळा आहे.

महाराष्ट्र शासनानेही आदिवासी विकासाला प्राधान्य देऊन या समाज घटकासाठी शिक्षण, प्रशिक्षण, शेती, लघुउद्योग अशा विविध बाबींमध्ये साह्य पुरवणाऱ्या योजना राबवून आदिवासी समाजाला प्रवाहाबरोबर आणण्याचा प्रयत्न केला आहे.

आदिवासी समाज निसर्गप्रेमी असल्याने शासनाने आदिवासी वनहक्क कायदाही मंजूर केला आहे. पुणे येथे कार्यरत असलेली आदिवासी संशोधन आणि प्रशिक्षण संस्था गेल्या अनेक वर्षांपासून राज्यातील आदिवासींच्या साहित्य, संस्कृती, कला आदींबाबत मूलभूत संशोधन प्रकल्पामध्ये मदत करत आहे.

९ ऑगस्ट : ग्रंथालय दिवस
आणि
१२ ऑगस्ट : ग्रंथपाल दिवस

'बदल' हा समाजाचा स्थायिभाव आहे. समाजाची जी सतत प्रगती होत आहे. त्याचे महत्त्वाचे कारण म्हणजे ग्रंथालय होय. राजश्री शाहू महाराजांनी 'ग्रंथ हेच गुरू' असे म्हटले, ते सर्वार्थाने खरे आहे. आपल्या वाचकांची दररोज वाट पाहणारी ग्रंथालये

ज्ञानमंदिरच आहेत.

महामानव भारतरत्न डॉ. बाबासाहेब आंबेडकरांचे स्वतःचे घरी एक ग्रंथालय होते. बडोद्याचे संस्थानिक तिसरे सयाजीराव गायकवाड याचे या सार्वजनिक ग्रंथालयातील योगदान फार मोठे आहे.

ग्रंथालय म्हणजे ग्रंथसंग्रहाचे स्थान. ग्रंथालय ही प्राचीन सामाजिक संस्था असून, तिला मोठा इतिहास आहे आणि तो मानव संस्कृतीशी समांतर आहे. ग्रंथवाचक आणि ग्रंथालयातील सेवक हे ग्रंथालयाचे तीन प्रमुख घटक होत. या घटकांचे स्वरूप व त्याविषयीच्या कल्पना कालमानानुसार बदलत गेल्याचे आढळून येते. याबरोबरच ग्रंथालयाची वास्तू, ग्रंथालयीन प्रशासन, आंतरग्रंथालयीन सहकार्य व आंतरराष्ट्रीय ग्रंथालयीन संघटना इत्यादी घटकही आधुनिक ग्रंथालयाबाबत विचारात येतात.

ग्रंथालय हे जिज्ञासूंच्या तृप्तीचे प्रभावी साधन आहे. व्यक्तीमध्ये ज्ञानाची आवड निर्माण करण्याचे काम ग्रंथालयाद्वारे प्राप्त होते.

ग्रंथालयाचे जनक डॉ. एस. आर. रंगनाथन यांनी फार मोठे योगदान दिले, असे मानले जाते. त्यांच्या जन्मदिवसालाच अर्थात १२ ऑगस्टला भारतात ग्रंथपाल दिवस, तर ९ ऑगस्टला ग्रंथालय दिवस साजरा केला जातो.

डॉ. रंगनाथन यांनी सांगितलेली पाच सूत्रे पुढीलप्रमाणे :

१) ग्रंथ हे उपयोगासाठी आहेत.
२) प्रत्येक वाचकाला त्याचा ग्रंथ मिळावा.
३) प्रत्येक ग्रंथाला त्याचा वाचक मिळावा.
४) वाचकांचा व सेवकांचा वेळ वाचवा.
५) ग्रंथालय ही वर्धिष्णू संस्था आहे.

प्राचीन ग्रंथालयात भूजपत्र व चामडे यांवर लिखित स्वरूपाचा मजकूर असलेले ग्रंथ असत. त्यात पुढे हस्तलिखित ग्रंथांची व नंतर मुद्रित ग्रंथांची भर पडली.

आधुनिक ग्रंथालयांत ग्रंथांबरोबर नियतकालिके, कागदपत्रे, हस्तलिखित, नकाशे, छायाचित्रं, शिलालेख, नाणी इत्यादी प्रकारचे दृक्‌श्राव्य ज्ञानसाहित्य संग्रहित केले जाते.

आधुनिक काळात ग्रंथालयाची कल्पना बदलली आहे. आज प्रत्येक जिल्ह्यात एक शासकीय ग्रंथालय उपलब्ध आहे. या ग्रंथालयात गरीब व्यक्तीलाही वाचनाची हौस भागवता येते. याचबरोबर फिरते ग्रंथालय खासगी संस्थेमार्फत चालवली जातात. ग्रामीण भागातही ग्रंथालयाची चळवळ सुरू आहे.

शालेय शिक्षणाच्या गुणवत्ता वाढीसाठी ग्रंथालयात उपलब्ध असलेल्या साहित्याचा अधिकाधिक वापर शिक्षक व विद्यार्थी करत आहेत.

शालेय विद्यार्थ्यांना अवांतर वाचनाची आवड आणि सवय ग्रंथालयातून मिळते. ग्रंथालयशास्त्राचा अभ्यासक्रम पुणे विद्यापीठाचे पहिले ग्रंथपाल हिंगवे यांनी सुरू केला. हिंगवे, हे भारतीय ग्रंथपालाचे जनक डॉ. रंगनाथन यांचे शिष्य आहेत. महाराष्ट्रात सार्वजनिक ग्रंथालयांची उपयुक्तता ध्यानात घेऊन १९६७मध्ये महाराष्ट्रात सार्वजनिक ग्रंथालय अधिनियमन हा कायदा अमलात आला. महाराष्ट्रात मान्यताप्राप्त ग्रंथालय संघाना ग्रंथालय संचालनालय, महाराष्ट्र राज्य यांच्यामार्फत अनुदान देण्यात येते.

२० ऑगस्ट : अक्षय ऊर्जा दिवस

सामान्यतः अन्न, वस्त्र, निवारा या मानवाच्या मूलभूत गरजा म्हणून ओळखल्या जातात, परंतु आजच्या या विकासाच्या युगात वरील मूलभूत गरजांची व्याख्या बदलून त्यात उर्जेचासुद्धा समावेश करावा लागेल. आजच्या तंत्रज्ञान युगात ऊर्जेशिवाय माणूस हा विचार करू शकत नाही. हे आपल्या भोवतालच्या परिस्थितीवरून अगदी स्पष्ट होते.

मानवाच्या प्रातःकालापासूनच्या सुरू होणाऱ्या कार्यप्रणालीवर जर लक्ष दिले तर असे दिसून येईल की, दैनंदिन जीवनात पावलोपावली उर्जेचा उपयोग होत असतो.

मानवाच्या विकासाला व देशाच्या प्रगतीला पूरक वीजनिर्मिती आवश्यक असते. वीजनिर्मितीसाठी आजही प्रामुख्याने भूगर्भातील कोळसा, वायू या घटनांवर भर दिला जातो. मात्र, हे स्रोत फक्त काही वर्षे सोबती आहेत. सौरउर्जेपासून वीजनिर्मितीसाठी जगभर प्रयत्न केले जात आहेत, संशोधन केले जात आहे. मात्र, या प्रक्रियेतून मिळणाऱ्या विजेचे प्रमाण हे अत्यंत कमी आणि खर्चीक आहे. तेव्हा भविष्यातील वाढती विजेची गरज लक्षात घेता अणू उर्जेपासून वीजनिर्मितीचा पर्याय अनेक देश अवलंबताना दिसत आहेत आणि त्यासाठी पावले उचलली जात आहेत. पारंपरिक ऊर्जा स्रोतांबरोबरच अपारंपरिक ऊर्जा स्रोतांकडेदेखील लक्ष देणे, त्यांचे महत्त्व जाणून घेणे यासाठी २००४ पासून २० ऑगस्ट या दिवशी दरवर्षी भारतात 'अक्षय ऊर्जा दिवस' साजरा केला जातो. या दिवसाला राजीव गांधी अक्षय ऊर्जा दिवस म्हणूनदेखील ओळखले जाते. प्रथम २००४मध्ये दिल्लीत अक्षय ऊर्जा समारोह साजरा करण्यात आला. २००५मध्ये नागपूर, मग हैदराबाद अशी या दिवसाची परंपरा सुरू झाली.

ऊर्जा म्हणजेच जीवन. या सबंध विश्वाचा कारभार ज्या मूलभूत घटकांवर आधारित आहे. त्यातील एक घटक म्हणजे ऊर्जा. ऊर्जा म्हणजेच कार्य करण्याची क्षमता. ही क्षमता वाढवण्याची प्रक्रिया शास्त्रज्ञांनी सुरू केली आहे. यात वायुजन्य ऊर्जा, सौरऊर्जा, लाटांपासून ऊर्जानिर्मिती, सागरी प्रवाहातील तापमानाच्या फरकाचा फायदा घेऊन

ऊर्जानिर्मिती, भू औष्णिक-ऊर्जा असे अनेक पर्याय आहेत. सध्याच्या विज्ञानयुगात प्रगत तंत्रज्ञानासाठी लागणारी वीज अंतराळात मोठ्या प्रमाणात निर्मिती करून तिचा वापर केला जातो.

खनिज इंधनाव्यतिरिक्त इतर अपारंपरिक ऊर्जा साधनांचा वापर करण्याचे तंत्रज्ञान विकसित केल्यास भविष्यात उर्जेची चिंता राहणार नाही.

२९ ऑगस्ट : राष्ट्रीय क्रीडा दिन

'भारतीय हॉकीचा जादूगार' अशी ज्यांनी आंतरराष्ट्रीय कीर्ती मिळवली, त्या मेजर ध्यानचंद यांचा २९ ऑगस्ट हा जन्मदिवस 'राष्ट्रीय क्रीडा दिन' म्हणून साजरा केला जातो.

वयाच्या १४ व्या वर्षी ध्यानचंदांनी हॉकीची स्टीक हातात घेतली. वयाच्या १६ व्या वर्षी ते पंजाब रेजिमेंटमध्ये दाखल झाले. झेलम येथे झालेल्या एका हॉकी सामन्यात त्यांनी जादूई खेळ करीत आपल्या संघाला दोन गोलनी विजय मिळवून दिला होता. १९२६मध्ये ध्यानचंद यांनी आपल्या आंतरराष्ट्रीय कारकिर्दीस सुरुवात केली. भारतीय हॉकी संघाचे नेतृत्व त्यांच्याकडे आल्यानंतर भारताने ऑलिंपिकमध्ये ३ सुवर्णपदके मिळविली. वयाच्या ४२ व्या वर्षापर्यंत त्यांनी हॉकी खेळ उंचावत नेला. १९४८मध्ये त्यांनी हॉकीमधून निवृत्ती घेतली. १९५६मध्ये भारत सरकारने त्यांना पद्मभूषण पुरस्काराने सन्मानित केले. ३ डिसेंबर १९७९मध्ये ध्यानचंद यांचे निधन झाले. त्यांच्या क्रीडा क्षेत्रातील योगदानामुळे पोस्ट खात्याने टपाल तिकीट जारी केले. दिल्ली येथील एका स्टेडियमला त्यांचे नाव देण्यात आले. राष्ट्रीय क्रीडा दिनाचे औचित्य साधून राजीव गांधी खेलरत्न पुरस्कार दिले जातात. देशभरात अनेक कार्यक्रमांचे आयोजन या दिनाच्या निमित्ताने होत असते.

स्वातंत्र्यपूर्व काळात भारताने ऑलिंपिक स्पर्धेत पहिले पाऊल ठेवले. सन १९००मध्ये नॉर्मन प्रिचर्ड या ॲथलिटने ऑलिंपिक स्पर्धेत दोन पदके मिळविली. १९२०मध्ये भारताने ऑलिंपिकसाठी प्रथमच आपला संघ पाठविला. १९२८मध्ये हॉकीमध्ये भारताने सुवर्णपदक पटकविले. हॉकीमध्ये भारताच्या नावावर ८ सुवर्णपदके आहेत. खाशाबा जाधव यांच्यानंतर अभिनव बिंद्रा याने वैयक्तिक सुवर्णपदक मिळविले. भारतात आज हॉकीबरोबरच बास्केटबॉल, हॉलिबॉल, बॅडमिंटन हे खेळ लोकप्रिय आहेत. क्रिकेट हा खेळ भारतात सर्वाधिक लोकप्रिय ठरला आहे. राष्ट्रीय क्रीडा दिनाच्या निमित्ताने देशातील खेळाडूंना नवी उभारी देण्याचा प्रयत्न व्हावा, ही अपेक्षा प्रत्येक भारतीय बाळगून आहेत. चीननंतर सर्वाधिक लोकसंख्या असलेल्या भारताच्या नावावर ऑलिंपिकमध्ये

सर्वांत कमी म्हणजे २० पदकांची कमाई आहे. (यामध्ये स्वातंत्र्यपूर्व काळात मिळविलेल्या पदकांचा समावेश आहे.) ऑलिंपिक पदकतालिकेत व्हिएतनाम हा देश सर्वांत तळाला आहे. भारत व्हिएतनामपेक्षा एक पायरी वर आहे. स्वातंत्र्यानंतर भारतासमोर विकासाच्या अनेक समस्या होत्या, त्यामुळे क्रीडा क्षेत्राकडे पुरेसे लक्ष केंद्रित करता येऊ शकले नाही. १९८२मध्ये दिल्लीत भरलेल्या एशियाड स्पर्धेनंतर भारतीय खेळाच्या मूलभूत सुविधांवर लक्ष केंद्रित करण्यात येऊ लागले. १९८२च्या ऑक्टोबरमध्ये दिल्ली येथे राष्ट्रकूल क्रीडा स्पर्धा झाल्या. या स्पर्धेत भारताच्या कामगिरीवर सर्वांचे लक्ष राहिले आहे.

क्रीडा क्षेत्राच्या विकासासाठी ग्रामीण भागापर्यंत पायाभूत सुविधांचा विकास करणे हे भारतासमोर मोठे आव्हान आहे. ग्रामीण भागातील खेळाडूंमधील नैपुण्याला आधुनिक प्रशिक्षणाची जोड आवश्यक बनली आहे. केंद्रशासनाने पंचायत राज व युवक सेवा आणि क्रीडा या दोन विभागांच्या संयुक्त विद्यमाने २००८-०९ पासून संपूर्ण देशात पंचायत क्रीडा व खेळ अभियान (पायका) ही महत्त्वाकांक्षी योजना राबविण्याचा निर्णय घेतला आहे. येणारी ९ वर्षे या योजनेच्या दृष्टीने महत्त्वाची आहेत. पहिल्या टप्प्यात देशातील १० टक्के ग्रामपंचायतीत ४ वर्षांसाठी, तर १२ टक्के ग्रामपंचायतीत ५ वर्षांसाठी ही योजना राबविण्यात येणार आहे. सर्व ग्रामपंचायतींमध्ये क्रीडाविषयक किमान सुविधा निर्माण करणे, क्रीडा प्रशिक्षणासाठी गावपातळीवर एक क्रीडा प्रशिक्षक नेमणे, निवडलेल्या पाच खेळांच्या तालुका व जिल्हा स्तरावर स्पर्धा

भरवून खेळाडूंना बक्षिसे देणे हा योजनेचा उद्देश आहे.

या योजनेच्या माध्यमातून कोल्हापूर जिल्ह्यातील १०२ ग्रामपंचायतींची पंचायत क्रीडा व खेळ अभियानासाठी (पायका) निवड करण्यात आली आहे. देशभरात या योजनेच्या माध्यमातून क्रीडा क्षेत्रास गती मिळणार आहे. आंतरराष्ट्रीय स्तरावर होणाऱ्या क्रीडा स्पर्धेत भारतीय खेळाडू इतर देशांच्या तुलनेत गुणवत्ता राखण्यात कमी पडतात असे दिसून आले आहे. याची मुख्य कारणे आंतरराष्ट्रीय दर्जाच्या प्रशिक्षणाचा अभाव, खेळाडूंना प्रोत्साहन देणाऱ्या योजना, आर्थिक पाठबळ व प्रायोजकत्व आदी आहेत.

कोल्हापूर जिल्ह्याने नुकतीच मिशन कोल्हापूर गोल्ड ही महत्त्वाकांक्षी योजना राबविण्याचा निर्णय घेतला आहे. आंतरराष्ट्रीय स्पर्धांसाठी जिल्ह्यातील किमान ३० खेळाडू तयार करण्याचा संकल्प प्रशासनाने सोडला आहे. मिशन गोल्ड या योजनेत उदयोन्मुख खेळाडूंवर लक्ष केंद्रित करून त्यांना आंतरराष्ट्रीय दर्जाचे प्रशिक्षण देण्यात येणार आहे. अशा योजनाही देशपातळीवर राबविल्या गेल्या पाहिजेत. शालेय स्तरापासूनच मुलांमध्ये खेळाची आवड निर्माण करण्याचा प्रयत्न जाणीवपूर्वक झाला पाहिजे. भावी

पिढी सुदृढ आणि निरोगी बनविण्यासाठी खेळ महत्त्वाचा आहे. आंतरराष्ट्रीय क्रीडा स्पर्धेत पोहोचण्यासाठी 'चलो खेल खेले हम...' असे गीत गात पदकांच्या दिशेने वाटचाल करण्याचा संकल्प या क्रीडा दिनाच्या निमित्ताने करू या.

सप्टेंबर

२ सप्टेंबर : नारळ दिन

कोणत्याही शुभ कामाची सुरुवात नारळ वाढवून केली जाते. या त्याच्या सर्वव्यापीपणामुळे की काय त्याला 'श्रीफळ' असेही म्हणतात.

उफाळणाऱ्या समुद्राला जरब बसविण्याची ताकद नारळात आहे, अशी आपली समजूत असते म्हणूनच कृतज्ञपणाने कोळी बांधव नारळी पौर्णिमेला समुद्राला नारळ अर्पण करतात. प्रचाराचा नारळ फुटण्याची जशी राजकीय नेत्यांना घाई असते तशी मारुतीपुढे नारळ फोडण्याची तरुणांना घाई झालेली असते.

या नारळाचा दिवस जागतिक नारळ दिन २ सप्टेंबर रोजी साजरा करण्यात येतो. 'आशिया पॅसिफिक नारळ बागायतदार समाज' या संस्थेतर्फे जागतिक नारळ दिन साजरा करण्यात येतो. नारळ उद्योगांना प्रोत्साहित करण्यासाठी आणि त्यांच्यात समन्वय साधण्यासाठी २ सप्टेंबर १९६९ रोजी आशिया पॅसिफिक नारळ बागायतदार समाज या संस्थेची स्थापना झाली. भारत या संस्थेचा संस्थापक सदस्य देश आहे.

नारळ उत्पादन प्रक्रिया आणि व्यापार यात गुंतलेल्या लाखो लहान शेतकऱ्यांचे जीवनमान उंचावणे यासाठी ही संस्था कार्य करते. नारळाचा व्यापार आणि त्यावरील प्रक्रिया यासंदर्भात आर्थिक उत्पन्न वाढण्याच्या दृष्टीने सर्व सदस्य देश एकमेकांना मदत करीत असतात. एकूणच नारळ उत्पादकांचा सामाजिक आणि आर्थिक स्तर उंचावण्याच्या दृष्टीने ही संस्था कार्यरत असते. या जागतिक नारळदिनी या सदस्य देशांमध्ये विविध कार्यक्रम साजरे केले जातात. चर्चासत्र, नारळाच्या विविध खाद्यपदार्थांची स्पर्धा, नारळ प्रक्रियेवर आधारित विविध वस्तूंचे प्रदर्शन या दिवशी केले जाते. एकूण १६ देश या संस्थेशी निगडित आहेत. भारतात केंद्रीय नारळ विकास बोर्ड कोचीन मार्फत देशामध्ये विविध ठिकाणी या दिवशी विविध कार्यक्रम साजरे केले जातात. नारळाच्या विविध खाद्यपदार्थांची स्पर्धा, नारळ प्रक्रियेवर आधारित वस्तूंचे प्रदर्शन या दिवशी केले जाते.

५ सप्टेंबर : शिक्षक दिन -राधाकृष्णन जन्मदिवस

प्रखर बुद्धिमान, चिंतनशील-विचारशील व्यक्तिमत्त्व, राजनीतिज्ञ, तत्त्वज्ञान, धर्मज्ञ, नीतीशास्त्र अशी आणखीही काही बिरुदे ज्यांना लावता येतील, त्या सर्वपल्ली राधाकृष्णन यांचा ५ सप्टेंबर १८८८ हा जन्मदिवस 'शिक्षक दिन' १९६२ पासून मान्यता पावला, तो त्यांनी स्वतःच्या वाढदिवसाचा समारंभ नाकारून केलेल्या सूचनेनुसार! त्यातून त्यांची अध्यापकांविषयी तळमळ दृग्गोचर होते. भारतातल्या आणि परदेशातील विविध महाविद्यालयांमध्ये आणि विद्यापीठांमध्ये प्राध्यापक वा कुलगुरू अशी मानाची पदे भूषविणारे हे महान व्यक्तिमत्त्व राष्ट्रसंघात भारताचे प्रतिनिधी, रशियात राजदूत, भारताचे उपराष्ट्रपती व नंतर राष्ट्रपती या गौरवशाली सर्वोच्च पदांवर विराजमान होऊनही निगर्वी व ज्ञानमग्नच राहिले. १९५४मध्ये 'भारतरत्न' देऊन त्यांचा यथोचित सन्मान करण्यात आला.

भारतात या दिवशी राष्ट्रीय पातळीवरचे प्राथमिक, माध्यमिक आणि उच्च माध्यमिक शिक्षण क्षेत्रातील 'आदर्श शिक्षक पुरस्कार' गुरुजनांना देऊन प्राचीन भारतीय परंपरेतल्या गुरू-शिष्य नात्याला उजाळा दिला जातो. 'शिक्षकाचं मन नेहमी नितळ, सुंदर, स्वच्छ असायला हवे', असे खुद्द राधाकृष्णन यांनीच म्हणून ठेवले आहे. १७ एप्रिल १९७५ या दिवशी सर्वपल्लींनी आपल्या जगाचा निरोप घेतला.

सर्वपल्ली राधाकृष्णन यांचे कोठे पुतळे उभारले जाणार नाहीत, तशी आवश्यकता नाही. ग्रंथरूपाने ते अजरामर राहतील. 'इंडियन फिलॉसफी', 'आयडियालिस्ट व्ह्यू ऑफ लाइफ', 'ईस्टर्न रिलिजन्स अॅड वेस्टर्न थॉट', 'कल्की ऑर द फ्यूचर ऑफ सिव्हिलायझेशन', 'भगवद्गीता', 'ब्रह्मसूत्रे', 'उपनिषदे', 'धम्मपद' हे त्यांचे ग्रंथ मोठ्या इतमामाने सर्वपल्लींचे स्मरण घडवतील. तत्त्वज्ञान व शिक्षक अभ्यासकांना ते स्फूर्ती देत राहतील.

८ सप्टेंबर : जागतिक साक्षरता दिन

'साक्षरता' ही आजची अत्यावश्यक बाब बनली आहे. स्वतःच्या आणि पर्यायाने राष्ट्राच्या प्रगतीसाठीही ती गरजेची आहे. साक्षरता प्रसारासाठी अविकसित व विकसनशील देशांमध्ये विशेष प्रयत्न करावे लागतात. साक्षरतेबाबतची जनजागृती करण्यासाठी, प्रेरणा देण्यासाठी ८ सप्टेंबर हा दिवस 'साक्षरता दिन' म्हणून विविध कार्यक्रमांनी साजरा होतो.

साक्षरता म्हणजेच शिक्षण हा माणसाचा मूलभूत हक्क मानला गेला आहे. साक्षरता म्हणजे केवळ स्वतःची सही करता येणे एवढाच मर्यादित अर्थ नाही. किमान माध्यमिक शालेय शिक्षणाचा त्यात समावेश असेल, तर भाषा, विज्ञान, गणित, इतिहास, भूगोल, नागरिकशास्त्र या विषयांची मूलतत्त्वे कळल्यामुळे व्यक्ती तर्कशुद्ध विचार करू शकेल आणि ते विचार निर्भयपणे मांडू शकेल. या व्यतिरिक्त त्या व्यक्तीला रोजगार उपलब्ध होऊन त्याचे आरोग्य, सामाजिक स्थान यातूनच विकास होऊ शकेल. त्याचबरोबर आजच्या जगात माहिती तंत्रज्ञानाचाही त्याचा परिचय होणे आवश्यक बनले आहे. या सगळ्यांतून एक सुजाण नागरिक जन्माला येऊन तो जागतिक हिताला प्राधान्य देऊ शकेल, पण या सगळ्यासाठी त्याच्या शिक्षणाला एक सकारात्मक दिशा मिळणे गरजेचे आहे.

आर्थिक, शैक्षणिक, आरोग्यविषयक तफावतींमुळे समाजात सर्वसंघर्ष निर्माण होतो. हे जागतिक शांततेलाही धोका पोहोचवू शकते म्हणूनच १९६६ पासून युनेस्कोने ८ सप्टेंबरला साक्षरता दिन जाहीर करून जगभर औपचारिक व अनौपचारिक साक्षरता कार्यक्रम राबवण्यास सुरुवात केली आहे. त्यासाठी आरोग्य, स्त्रियांचे सबलीकरण, शांतता अशी विविध ध्येये ठरविण्यात येतात. युरोप, अमेरिका खंडात ९९% साक्षरता, आशिया खंडात ६०-७० टक्के, तर आफ्रिका खंडात ते केवळ २५-२० टक्केच आहे. या तफावतींमुळेच देशा-देशांत, समाजात वैर, हिंसाचार आणि अशांतता वाढते आहे. म्हणूनच वैयक्तिक स्तरावर किमान एका निरक्षराला साक्षर करण्यासाठी आपण प्रयत्न केले, तर युनेस्कोच्या कार्याला मोठीच मदत होईल.

१४ सप्टेंबर : हिंदी दिवस

१४ सप्टेंबर हा दिवस संपूर्ण देशभर 'हिंदी दिवस' म्हणून साजरा केला जातो. त्यानिमित्त हिंदी भाषेचे महत्त्व.

वास्तविक पाहता भारत देश हा विविध भाषांचा, विविध प्रांतांचा आणि विविध जाती-धर्मांचा देश आहे. असे असले तरी सर्व भारतीय भाषांना जोडणारा एक दुवा आहे आणि तो म्हणजे हिंदी भाषेचा. हिंदी भाषा या विविध भाषांना जोडणारा एक सेतूच आहे. सर्व भारतीय भाषांमध्ये समन्वय ठेवण्याची महत्त्वाची जबाबदारी हिंदी भाषेने पार पाडली आहे. अशा या भाषेला भारतीय राज्यघटनेने १४ सप्टेंबर १९४९ रोजी सर्वसंमतीने भारताची राष्ट्रभाषा म्हणून गौरविले, तेव्हापासून हा दिवस सर्व भारतीय भाषांचा सन्मानाचा सोनेरी दिवस मानला जातो.

महात्मा गांधींनी १९०९मध्ये हिंदी राष्ट्रभाषेचे महत्त्व स्पष्ट केले. हिंदी भाषा ही खऱ्या अर्थाने जनसामान्यांची भाषा आहे. कारण संपूर्ण देशामध्ये दैनंदिन व्यवहारामध्ये प्रांतीय भाषांबरोबरच हिंदी भाषेचा मोठ्या प्रमाणात वापर केला जात आहे. या देशामध्ये प्रांतीय भाषेबरोबरच हिंदी भाषेतील अनेक वर्तमानपत्रे प्रसिद्ध होत आहेत. हिंदी भाषेतील ही वर्तमानपत्रे देशाची एकात्मता आणि बंधुत्व मजबूत करण्याचेच कार्य करत आहेत. बँकिंग क्षेत्रातही हिंदी भाषेचा सतत वापर होत असल्याचे आढळून येते. विविध राज्यांमध्ये तिथल्या मातृभाषेबरोबरच हिंदी भाषेचा उपयोग करण्यात येतो.

वेगवेगळ्या राज्यांमध्ये 'हिंदी ॲकॅडमीज' हिंदीच्या प्रसाराला मदत करत आहेत. दक्षिण भारतात 'दक्षिण भारत हिंदी प्रसार सभा, चेन्नई' ही संस्था हिंदीच्या प्रसाराचे कार्य करत आहे. महाराष्ट्रात 'महाराष्ट्र राष्ट्रभाषा सभा, पुणे व मुंबई हिंदी विद्यापीठ' यांसारख्या अनेक संस्था हिंदीच्या प्रसाराने कार्यरत असल्याचे दिसून येते.

आत्तापर्यंत नऊ विश्व हिंदी संमेलने झालेली आहेत. हिंदी संमेलन हे दक्षिण आफ्रिकेतील जोहान्सबर्ग येथे सप्टेंबर २०१२मध्ये आयोजित केले होते. हिंदी भाषेचे वाङ्मय अतिशय समृद्ध आहे. अमीर खुस्रो, कबीर, जायसी, तुलसी, सूर मीरा, रहिम, दिनकर, मोहन राकेश, महादेवी, प्रेमचंद, यशपाल अशा अनेक लेखक, कवींनी हिंदीमध्ये उत्तम लेखन केले आहे. देशात राष्ट्रीय एकात्मता निर्माण करण्याची श्रीमंती हिंदी भाषेत आहेत. यासाठी हा हिंदी दिन व हिंदी सप्ताह देशभर साजरा करण्यात येतो.

१५ सप्टेंबर : अभियंता दिन (इंजिनिअर्स डे)

सर–डॉ. एम.विश्वेश्वरय्या एक अस्सल हिरा

१५ सप्टेंबर म्हणजे जगातील सर्व इंजिनिअर्सचा गर्वाचा दिवस! याच दिवशी १८६० रोजी एका अस्सल हिऱ्याचा जन्म झाला आणि देशाची सेवा बजावत १९६२ रोजी ते अनंतात विलीन झाले. त्यांचा जन्म म्हैसूर राज्यातील 'चिक्कबल्लापूर' या गावी झाला.

१८८०मध्ये त्यांनी मद्रास विद्यापीठातून बी.ए.ची पदवी संपादन केली व त्यानंतर कॉलेज ऑफ सायन्स, पुणे येथून इंजिनिअरिंगचे शिक्षण घेतले.

१८८४ पासून त्यांनी असिस्टंट इंजिनिअर या पदावर काम पाहिले. काही वर्षे त्यांनी म्हैसूर राज्याच्या चीफ इंजिनिअरपदाची धुरा सांभाळली. १९५५मध्ये त्यांना 'भारतरत्न' हा उच्च पुरस्कार बहाल केला गेला.

सरांचे पूर्ण नाव म्हणजे मोक्षगुंडम विश्वेश्वरय्या. एक शिस्तप्रिय, उच्चशिक्षित आणि अगाध ज्ञान असलेली व्यक्ती! त्यांनी केलेली भरीव कामे म्हणजे आदर्श आहेत. सक्कर येथील सिंधू नदीचे रेतीमिश्रित गढूळ पाणी फिल्टर करण्यासाठी नदीच्या पात्रात एक खोल विहीर त्यांनी खोदली आणि भूगर्भातून एक जलमार्ग तयार केला. परिणामी पाणी झिरपत झिरपत पाटात पडले. थोडक्यात नदीचे पाणी तिच्याच पात्राची गाळणी करून भूगर्भाच्या कुंडात साठविले जाते. या कामगिरीमुळे त्यांचे नाव जगभर गाजले. धरणाच्या पाण्याचा साठा वाढला की, आपोआप उघडणाऱ्या (रिमोट कंट्रोल) कळसूत्री दरवाज्याचा प्रयोग पुण्याच्या खडकवासला धरणासाठी त्यांनी यशस्वीरीत्या केला. एडन इंग्रज सैनिकांवर समुद्राचे खारे पाणी पिण्याची वेळ आली होती. विश्वेश्वरय्या यांनी स्थापत्यशास्त्रातील बुद्धीच्या जोरावर हा प्रश्न सोडवून एडनच्या ब्रिटिश सैनिकांना गोडे पाणी चाखण्याची एक अमूल्य भेट दिली. या कामगिरीमुळे त्यांचे नाव जगभरात झाले. सर एम.व्ही. या टोपण नावाने ते विख्यात झाले. इंग्रज सरकारने त्यांना सर ही पदवी दिली. कैसर-ए-हिंद किताब बहाल केला.

जगातील एकेकाळी सर्वांत श्रीमंत म्हणून ओळखल्या जाणाऱ्या हैदराबादच्या निजामाच्या राज्यातील मुसी नदी पावसाळ्यात धुमाकूळ घालत असे. निजामाने सर एम. व्ही. यांच्या पुढे झुकून हा प्रश्न सोडविण्याची विनंती केली आणि एम.व्हींनी मुसी नदीचे पाणी अडवून हैदराबादचे भाग्य उजळवले.

जलव्यवस्थापन हा त्यांचा आवडता विषय. निसर्गाने भारताला भरभरून जलसंपत्ती दिली आहे; पण वापरायचे नियोजन नसल्याने हिंदुस्थानात वारंवार दुष्काळाला तोंड द्यावे लागत असे. याचे शैल्य त्यांना बोचत असे. १९०९मध्ये म्हैसूरमध्ये कृष्णसागर नावाचे अत्याधुनिक असे अजस्र धरण त्यांनी उभे केले. ६९,००० फूट रुंद व उंची १२० फूट पाहणाऱ्याची छातीच धडकावी असे हे धरण. एखाद्या महासागरालाही लाजवेल अशी त्याची रचना विश्वेश्वरय्या यांनी केली आहे. विश्वेश्वरय्या यांच्या स्थापत्यशास्त्रातील कामगिरीमुळे १५ सप्टेंबर हा दिवस 'रा.अभियंता दिवस' म्हणून साजरा केला जातो.

१६ सप्टेंबर : ओझोन थर संरक्षक दिन

मुसळधार कोसळणाऱ्या पावसापासून संरक्षण मिळवण्यासाठी आपण ज्याप्रमाणे छत्री वापरतो त्याप्रमाणे अतिनील किरणांपासून भूपृष्ठाचे संरक्षण करणारा ओझोनचा थर हा पृथ्वीची संरक्षक छत्री आहे.

ओझोन (O_3) हा ऑक्सिजनपासून निर्माण होणारा वायू वातावरणाच्या स्थितांबर

या थरात मुख्यत्वे समुद्रसपाटीवर १२ ते ३५ कि.मी. अंतराच्या दरम्यान आढळतो. हा वायू सूर्यापासून भूपृष्ठाकडे येणारे अल्ट्राव्हायोलेट (UV) सारखी अदृश्य किरणे अडवतो. हे नीलकिरण एवढे विध्वंसक असतात की, त्यांच्यामुळे भूपृष्ठावरील जीवसृष्टी तासाभरात नाहीशी होईल म्हणून ओझोन वायूंच्या थरास पृथ्वीचे 'संरक्षक कवच' म्हणतात.

ओझोन हा फिकट निळसर रंगाचा क्षोभक वायू असून, तो उग्र वासाचा आहे. ओझोन हा तुलनेने अस्थिर वायू असतो. कारण त्याचे ऑक्सिजनमध्ये रूपांतर झाले की, त्याचे प्रमाण घटते किंवा ऑक्सिजनचे ओझोनमध्ये रूपांतर झाले की, प्रमाण वाढते. ही स्थितीबदलची क्रिया तपांबरातील गडगडाटी वादळाच्यावेळी घडून येते. सुरुवातीस O_2 चे O + O मध्ये रूपांतर होते. त्यानंतर ऑक्सिजन अणू (O) O_2+O→Oचा संयोग होऊन ओझोन निर्माण होतो. ३० ते ६० कि.मी. उंचीच्या दरम्यान वातावरणात सूर्यप्रकाशात अल्ट्राव्हायोलेट किरणांद्वारे प्रकाश रासायनिक क्रियेने ओझोन निर्माण होतो.

ओझोनमुळे नीलकिरण शोषून संपूर्ण सजीव सृष्टीचे रक्षण केले जात असल्यामुळे 'ओझोनचा' अवक्षय होत आहे. ओझोन थरास छिद्र पडले आहे, या बातमीमुळे मानव अस्वस्थ झाला आहे. काय कारण असावे ओझोनच्या अवक्षयाचे? कॅलिफोर्निया विद्यापीठातील मोलिना आणि रोलँड या शास्त्रज्ञांनी या १९७४-७५मध्ये अवक्षयाची पहिली वार्ता पाश्चिमात्य देशांना दिल्यानंतर सर्व जग खडबडून जागे झाले. या देशात मोठ्या प्रमाणात रेफ्रिजरेटर, वातानुकूलित यंत्रणा, हेअर ड्रायर्स, कॉस्मॅटिक, आगरोधक इत्यादी वस्तूंच्या निर्मितीसाठी वापरण्यात येणाऱ्या क्लोरो-फ्युरो कार्बन या रासायनिक संक्लिष्टामुळे ओझोनचा क्षय होतो. १९६० पासून अमेरिका, रशिया, फ्रान्स ही राष्ट्रे अणुस्फोट घडवून आणतात. त्यांच्यातील नायट्रस ऑक्साईडमुळे ओझोनचा क्षय होतो. ब्रिटिशांच्या अंटार्क्टिका मोहिमेदरम्यान काही ठिकाणी ओझोन थरास छिद्र पडल्याचे (१००% ओझोन क्षय) दिसून आले. या थरारक माहितीमुळे मॉंट्रियलमध्ये १९८७च्या सप्टेंबरमध्ये प्रगत देशांची बैठक होऊन ओझोन थराच्या क्षयासंबंधित करारावर ३५ देशांनी स्वाक्षऱ्या केल्या. ओझोनचा क्षय घडवून आणणाऱ्या क्लारो-फ्युरो कार्बनच्या (CFC) उत्पादनावर आणि वापरावर बंदी घालण्यात आली. १९८९मध्ये लंडन कॉन्फरन्समध्ये ओझोन क्षयासंबंधित बंधने लादली आहेत. CFC संयुगे जमिनीजवळ विषारी नसून, अनभिज्ञ असल्याचे आढळून आले आहे. त्यांना Styrofoam नावाने ओळखतात. ब्रोमिन अंश असलेले Halons संयुक्त संस्थानाच्या सैन्यदलाने दुसऱ्या महायुद्धात रणगाड्यात वापरले होते. CFC ही संयुगे F_{11} व F_{12} नावाने बाजारात विकतात. CFC तपांबरामध्ये निरुपद्रवी असतात. शिवाय ती सावकाश हवेबरोबर स्थितांबरामध्ये जातात मात्र त्यांच्यामुळे ओझोनचा ऱ्हास होतो. याचा धोका संपूर्ण जीवसृष्टीस आहे.

ओझोनचा क्षय होण्यास कारणीभूत नायट्रोजन ऑक्साईड सुपरसॉनिक इंधनाच्या ज्वलनापासून निर्माण होतो. सुपरसॉनिक विमाने स्थितांबरातून जात असल्याने प्रगत देशांत ओझोनचा ऱ्हास लवकर होण्याचे हे संभाव्य कारण ठरू शकते.

ओझोनचा क्षय झाल्यामुळे तापमानात वृद्धी होईल. अंटार्क्टिका ग्रीनलँडमधील बर्फ वितळून किनारी प्रदेश पाण्याखाली जातील, तापमान वाढून त्वचेच्या कॅन्सरचे प्रमाण वाढेल. अल्ट्राव्हायोलेटच्या प्रभावाने शरीराची प्रतिकारशक्ती कमी होऊन संसर्गजन्य रोगी होतील. धूर-धुके यामुळे श्वसनाचे विकार जडतील. वाढीव तापमानामुळे पाण्याची उपयुक्तता आणि पिकांची वाढ कमी होईल. जमिनीतील फॉस्फरचे प्रमाण वाढेल. समुद्रातील माशांचे खाद्य कमी होऊन मासे मरतील. पर्यावरणाचे संतुलन बिघडेल, त्यामुळे ओझोनच्या संरक्षणाचे उपाय योजिले जात आहेत. १९८७च्या मॉंट्रियल करारामुळे १९८९च्या लंडन परिषदेमुळे लोकांमध्ये ओझोनच्या ऱ्हासाचे गांभीर्य रुजवण्याचे कार्य करण्यात आले आहे. CFC ला पर्याप्त रसायने शोधून काढण्यास शास्त्रज्ञांनी क्लोरीनयुक्त संयुगे वापरण्यास सुरुवात केली आहे.

जीवसृष्टीच्या अस्तित्वासाठी संजीवनी ठरलेल्या ओझोनचा थर वाचवण्यासाठी व्यक्तिशः प्रयत्न केले पाहिजेत. संरक्षणात्मक उपाय योजिले पाहिजेत.

"SAVE OZONE LAYER

SAVE ENVIRONMENT

SAVE OUR PLANET : EARTH!!"

हे ब्रीद सर्वांपर्यंत पोहोचवले किंबहुना आचरणात आणले तरच १६ सप्टेंबर 'ओझोन थर संरक्षक दिन' साजरा करण्याचा हेतू साध्य होईल. नाही का?

१७ सप्टेंबर : हैदराबाद मुक्तीसंग्राम (मराठवाडा दिवस)

भारतीय स्वातंत्र्याची लढाई खऱ्या अर्थाने १७ सप्टेंबर १९४८ रोजी संपली. हैदराबाद संस्थानात १३ सप्टेंबर १९४८ रोजी पोलीस कारवाई करण्यात आली. तिची सांगता १७ सप्टेंबरला झाली.

हैदराबाद संस्थानावर निजामांच्या असफिया घराण्याची राजवट १७२४ ते १९४८पर्यंत जवळपास सव्वादोनशे वर्षे या भूमीत होती. मीर उस्मानअली खान बहादूर हे या घराण्यातील सातवे राजे. निजामी राजवटीच्या चौकटीतून हैदराबाद जनता ६७

वर्षांपूर्वी म्हणजे १७ सप्टेंबर १९४८ रोजी मुक्त झाली. हैदराबादचे राज्य तीन विभागांत विभागले होते. आठ तेलगू भाषिक जिल्हे, पाच मराठी भाषिक (मराठवाडा) जिल्हे, तीन कानडी जिल्हे याखेरीज उर्दू भाषा ही राज्याची चौथी भाषा होती.

भारतातील बाकीची सर्व लहान-मोठी संस्थाने आढेवेढे घेत का असेना, भारतीय संघराज्यात सामील झाली. जुनागढ व हैदराबाद यांनी शेवटपर्यंत त्रास दिला. हैदराबाद संस्थान तर भारताला आणि भारतीय स्वातंत्र्याला आव्हान देण्याच्या पावित्र्यात उभे राहिले. भारतीय स्वातंत्र्य अपूर्ण राखण्याची त्याने शर्थ केली आणि या भरात त्याने करू नयेत त्या सर्व गोष्टी केल्या.

१७ सप्टेंबर १९४८ रोजी स्वतंत्र्य भारताचे तत्कालीन संरक्षणमंत्री सरदार वल्लभभाई पटेल यांच्या पोलीस ॲक्श कारवाईमुळे निजामाने गुडघे टेकले आणि हैदराबाद स्वतंत्र्य झाला. भारताला स्वातंत्र्य मिळाल्यानंतर तब्बल १४ महिन्यांनी हैदराबाद भूमीला (मराठवाड्याला) स्वातंत्र्य मिळाले.

यालाच 'मराठवाडा मुक्ती संग्राम'ही म्हणतात.

२१ सप्टेंबर : जागतिक अंधश्रद्धा निर्मूलन दिवस

मानवाचे जीवन फसवेगिरीने व्यापून कष्टमय करणाऱ्या भोंदूसाधूंवर तर संत तुकारामांनी कोरडे ओढले आहेत.

'ऐसे कैसे झाले भोंदू । कर्म करोनि म्हणती साधू
अंगा लावूनिया राख । डोळे झाकोनी करिती पाप
दावुनि वैराग्याच्या कळा । भोगी विषयाचा सोहळा
तुका म्हणे सांगो किती । जळो तयांची संगती'

देव कोणी पाहिला नाही तरी देव-धर्माचे कर्मकांड मांडणाऱ्या लोकांना संत गाडगे महाराज आपल्या कीर्तनातून अंधश्रद्धेबाबत समाजाला जागृत करीत होते.

अंधश्रद्धा ही खूप वर्षांपासून समाजामध्ये रूढ झाली आहे. हजारो वर्षांपूर्वी अनेक थोर संतांनी व विचारवंतांनी धडकमारूनही अंधश्रद्धांच्या दगडी भिंतीचा विचार निखळला नाही, हे कटू सत्य आहे. अंधश्रद्धांमुळे समाजाचे आर्थिक शोषण होते हे तर जगजाहीर आहे.

सामान्य व असामान्य माणसाच्या भोळेपणाचा आगतिकतेचा श्रद्धाळूपणाचा बाजार मांडून गबर होणारे अनेक भोंदू बुवाबाजी करणारे आज समाजामध्ये रासरोसपणे

वावरताना दिसत आहेत.

अंधश्रद्धांपोटी अनेकांचे शारीरिक, मानसिक आणि लैंगिक शोषण केले जाते. भूतदया, पिशाच्च, हडळ या कल्पना, करणी करणे, साप उतरवणे असल्या खुळचट कल्पनांपायी किती लोकांना आपले प्राण गमवावे लागतात किंवा सारे आयुष्य एका भीषण भीतीच्या छायेत काढावे लागते किंवा असह्य मनोविकारांचा सामना करत वेड्यांच्या दवाखान्यात सडत राहावे यांचे वृत्तांतप्रत्ययही आपण वाचतो, ऐकतो. अशा अनेक प्रथांमुळे निरपराध माणसांचे बळी घेतले जातात आणि हे सर्व करायला अनेक बुवा, महाराज ज्योतिषी टपूनच बसलेले असतात.

आज जग आधुनिकतेकडे वाटचाल करीत असताना, समाजातील अंधश्रद्धेचे बीज मात्र नष्ट झाल्याचे दिसत नाही.

अंधश्रद्धा ही श्रद्धेच्या लखलखीत विस्तवावरची राख आहे. ही राख झटकून दिली पाहिजे. त्यासाठी विविध मार्गांनी प्रयत्न होणे गरजेचे आहे.

श्रीलंकेच्या डॉ. अब्राहम कोवूर यांनी अंधश्रद्धेच्या विरोधात जगभर आवाज उठविला.

डॉ. कोवूरांनी अंधश्रद्धांविरुद्धच्या विविध स्वरूपांच्या लढ्याचे व्रत आयुष्यभर खडतरपणे चालू ठेवले. या कामी त्यांच्या सुविद्य पत्नीने त्यांना खूप मोलाची साथ दिली. त्यांनी म्हटलेय–

''जो चमत्कार करतो तो धूर्त असतो. केलेला चमत्कार तपासण्यास नकार देणारा बदमाश असतो. ज्याच्यात तपासण्याचे धैर्य नाही तो भ्याड असतो आणि जो न तपासताच चमत्कारांवर विश्वास ठेवतो तो मूर्ख असतो.''

''बुवा म्हणजे धनलोभाचे, व्यभिचाराचे आणि व्यसनांचे मूर्तिमंत नरकुंडच होय. बुवाबाजी हे समाजावरचे महाभयंकर संकट आहे. दारू किंवा जुगारापेक्षाही विनाशकारक व्यसन म्हणजे बुवाबाजी होय. बुवाबाजीपुढे अक्कल मुळीच काम करीत नाही. बुवा दिसला की, आमच्या मेंदूला पक्षघात होतो. आमचे संस्कार, आमचे शिक्षण, आमची अक्कल आणि आमचे शहाणपण 'बुवा'च्या पुढे सपशेल लोटांगण घालते. म्हणून बुवाबाजी हा इंडियन पीनल कोडद्वारे फौजदारी गुन्हा ठरवण्यात यावा.''

म्हणजे समाजात अंधश्रद्धा पसरवून लोकांना फसविणाऱ्या बुवाभगतांविरुद्ध कारवाई करण्याचा कायदा सरकारने अंमलात आणावा, अशी मागणी महाराष्ट्राचे थोर लेखक, पत्रकार आचार्य अत्रे यांनी केली होती. २१ सप्टेंबर १९९५मध्ये महाराष्ट्रात एक चमत्कारी घटना घडली होती. महाराष्ट्रातील घरोघरचे गणपती दूध प्यायला लागले होते. प्रत्येक छोट्या–मोठ्या गणपतीच्या तोंडाला, नव्हे सोंडेला चमच्याने दूध पाजण्यात

लोक धन्यता मानू लागले. शेवटी 'अंनिस'चे कार्यकर्ते पुढे सरसावले. ठिकठिकाणी जाऊन त्यांनी त्या गोष्टीतली व्यर्थता किंवा खोटेपणा लक्षात आणून दिला. गणपती दूध पिताना लोक बघत होते; पण त्याच्या गळापोटावरून वाहणाऱ्या दुधाचा लोट परिसरात पसरला होता हे लोकांच्या लक्षात येत नव्हते. गणपतीने दूध खरेच प्यायले असते तर खाली का बरे सांडले असते? कार्यकारणभाव व सत्यता पडताळून न पाहता लोक आपली अक्कल आणि शहाणपणा गहाण ठेवतात हेच खरे; परंतु, या घटनेपासूनच २१ सप्टेंबर हा दिवस 'जागतिक अंधश्रद्धा निर्मूलन दिवस' म्हणून साजरा व्हायला लागला. महाराष्ट्र अंधश्रद्धा निर्मूलन समिती यांच्या अंधश्रद्धा निर्मूलनासाठी विविध गावे, बेळगाव आणि गोवा येथे मिळून २०० शाखा कार्यरत आहेत.

अंधश्रद्धा निर्मूलन समितीच्या माध्यमातून समाजात सर्वदूर पसरलेल्या वर्षानुवर्षांच्या जटिल अंधश्रद्धा, अघोरी, अमानुष रूढी-कुप्रथा यांच्या विरोधात उभे राहून, विवेकनिष्ठ विचारांची कास धरून, शेवटच्या श्वासापर्यंत लढलेले दिवंगत डॉ. नरेंद्र दाभोळकर यांनी आपल्या सहकाऱ्यांच्या साह्याने सातारा येथे १९८९मध्ये या महाराष्ट्र अंधश्रद्धा निर्मूलन समितीची स्थापना केली. डॉ. नरेंद्र दाभोळकर यांनी अखेरपर्यंत अनिष्ट व अघोरी प्रथा, जादूटोणा इत्यादींविरुद्ध प्रखर लढा दिला. २० वर्षे संस्थेचे कार्याध्यक्ष होते. ती जबाबदारी अविनाश पाटील व प्रा. श्याम मानव यांनी स्वीकारली आहे.

भारतीय गणराज्याच्या ६४ व्या वर्षी 'जादूटोणा विरोधी कायदा' मंजूर करून महाराष्ट्र शासनाने त्याविषयीच्या अधिनियमांचे महाराष्ट्र शासन राजपत्र २० डिसेंबर २०१३ रोजी प्रसारित केले.

या अधिनियमांच्या सोबतच कोणत्या गोष्टी अमानुष, जादूटोणा, अघोरी, अनिष्ट या सदरात बसणाऱ्या आहेत याची सूची देण्यात येत आहे.

भारतीय समाजाला वर्षानुवर्षे चिकटलेल्या या अंधश्रद्धांच्या जळवा गाडून टाकण्यासाठी गावागावांमधून चावडी, ग्रामपंचायती सभा-शिबिरांमधून जादूटोणा विरोधी कायद्याच्या माहितीचे वाचन कार्यकर्त्यांनी; सुज्ञ लोकसेवकांनी करायला हवे.

शिक्षेस पात्र ठरणाऱ्या कृतींची अनुसूची

१) भूत, भानामती घालविण्यासाठी अंधविश्वासातून व्यक्तीवर बळजबरीने अघोरी उपचार करणे.

२) स्वतःच्या आर्थिक प्राप्तीसाठी खोट्या चमत्कारांचा अवलंब करून लोकांना फसविणे, ठकविणे, भीती घालणे.

३) अलौकिक शक्तीच्या कृपा प्राप्तीसाठी एखाद्यावर शारीरिक हानी करणाऱ्या अघोरी,

अनिष्ट प्रथांचा अवलंब करणे, त्यासाठी इतरांना प्रवृत्त करणे.

४) मौल्यवान वस्तू, गुप्त धन इत्यादी कोणत्याही इच्छापूर्तीसाठी करणी, भानामती, जादूटोणा यांची भीती दाखवून अमानुष कृत्य करणे वा बळी देणे.

५) देवता अंगात संचार झाल्याचा दावा करून भीती दाखवणे, धमकी देणे वा फसवणूक करणे.

६) एखादी व्यक्ती करणी किंवा जादूटोणा करतोय, असा तिच्यावर आरोप करून त्या व्यक्तीला सैतान ठरवून जगणे मुश्कील करणे.

७) चेटूक केल्याचा आरोप करून नग्नावस्थेत धिंड काढणे, मारहाण करणे वा समाजातून बहिष्कृत करणे.

८) मंत्र-तंत्राद्वारे घबराट पसरवणे वा अघोरी कृत्य करण्यास भाग पाडणे.

९) साप, विंचू चावल्यास वैद्यकीय उपचारांपासून परावृत्त करून मंत्र-तंत्र, गंडे-दोरे यांचा अवलंब करणे.

१०) रक्तविरहित शस्त्रक्रियेचा आभास निर्माण करून लिंगबदलाचा वा इतर उपचारांचा दावा करणे.

११) अलौकिक शक्तीच्या आभासातून पुत्रप्राप्तीचे आमिष दाखविणे, अवतारी व्यक्ती, पवित्र आत्मा वा पुनर्जन्म असा आभास निर्माण करून लैंगिक शोषण करणे.

१२) मानसिक विकलांग व्यक्तीला अलौकिकता बहाल करून लोकांची फसवणूक करणे.

अशा प्रकारे, या बारा प्रकारच्या अनिष्ट, अमानुष व अघोरी प्रथा अनुसूचित नमूद करण्यात आल्या आहेत. मात्र, आपापल्या श्रद्धांनुसार देवतांचे भजन-पूजन, धर्मग्रंथांचे वाचन-पठण किंवा संत साहित्यानुसार कीर्तन, प्रवचन करण्यास कायद्याने किंवा अंधश्रद्धा निर्मूलन समितीनेही कुठेही प्रतिबंध केलेला नाही. कायद्याच्या अंमलबजावणीसाठी शासनाने दक्षता अधिकारी यांची नियुक्ती केली आहे.

२७ सप्टेंबर : जागतिक पर्यटन दिन

पाऊस आला की, पर्यटकांना वेध लागतात ते पावसाळी पर्यटनाचे तसेही पर्यटनाची आवड असलेल्यांना भटकंतीसाठी कुठलाही ऋतू चालतो. पर्यटनाने मनाला आनंद तर मिळतोच याशिवाय पर्यटनाने माणूस व्यवहारचतुर बनतो. पर्यटनाचे आणखी बरेच फायदे माणसाला होतात.

पर्यटनाचे प्रत्यक्ष परिणाम आर्थिक, सामाजिक, सांस्कृतिक, राजकीय बाबींवर होतो. पर्यटनाने होणाऱ्या राजकीय आणि सामाजिक बदलांचे लोकांसमोर प्रदर्शन करून त्यांच्यात पर्यटनविषयक जागृती निर्माण करण्यासाठी २७ सप्टेंबर हा दिवस 'जागतिक पर्यटन दिन' म्हणून साजरा केला जातो. संयुक्त राष्ट्राच्या पर्यटन संघटनेतर्फे हा दिवस 'पर्यटन दिन' म्हणून घोषित करण्यात आला आहे. या संघटनेची नियमावली २७ सप्टेंबर १९७० रोजी अस्तित्वात आली आणि हा दिवस त्यामुळे जागतिक पर्यटनाच्या क्षेत्रातील महत्त्वपूर्ण घटना होती त्यामुळे २७ सप्टेंबर १९८० पासून देशाला पर्यटन दिवस साजरा करण्यासाठीचे यजमानपद मिळते. याशिवाय वर्षभरासाठी एक विशिष्ट थीम सूचविली असते. जसे २००७ या वर्षासाठी 'टुरीझम ओपनस डेअर्स फॉर वूमन' ही थीम होती. याचा उद्देश स्त्रियांच्या पर्यटनाला चालना देणे हा होता. २००७मध्ये श्रीलंकेने जागतिक पर्यटनाचे यजमानपद भूषविले होते. पर्यटनामुळे व्यक्तिमत्त्व विकास होतो. आर्थिक चणचण थोडीफार होते; पण सामाजिक आणि सांस्कृतिक विकास होतो ना! तर चला मग पर्यटनाच्या नव्या ठिकाणाची आखणी सुरू करा आणि 'मुसाफिर हू यारो' म्हणत निघा पर्यटनाला.

२८ सप्टेंबर : जागतिक हृदयरोग दिन

(सप्टेंबरचा शेवटचा रविवार)

'वर्ल्ड हार्ट फेडरेशनतर्फे सप्टेंबर महिन्यातील शेवटचा रविवार जागतिक हृदय दिन म्हणून १९९६ पासून साजरा करण्यास प्रारंभ झाला. 'जीवनासाठी हृदय' हे या दिनाचे घोषवाक्य आहे. योग्य आहार, पुरेसा व्यायाम, पाण्याचे भरपूर सेवन यामुळे हृदयरोगावर नियंत्रण मिळवणे शक्य असल्याचे तज्ज्ञ सांगतात.

आजच्या धकाधकीच्या जीवनात ताण आणि तणावांचा सामना करणारा माणूस अलगदपणे हृदयरोगाची शिकार कधी होतो त्याचे त्यालाही कळत नाही. दरवर्षी हृदयरोगामुळे १७.५ दक्षलक्ष लोकांचा मृत्यू होतो. हृदयरोगाचे पूर्वलक्षण काहीच दिसत नसल्यामुळे तो होऊ नये याची काळजी घेणे एवढेच आपल्या हातात असते.

सर्वसामान्यांमध्ये हृदयरोगाबद्दल जागरूकता निर्माण करण्यासाठी जिनिव्हा येथील वर्ल्ड हार्ट फेडरेशन दरवर्षी २८ सप्टेंबर रोजी जागतिक हृदयदिन साजरा करते. या संस्थेने २००० पासून हृदयरोगाच्या जागृतीसाठी वार्षिक अभियान राबविण्यास सुरुवात केली आहे. दरवर्षी या अभियानांतर्गत एका महत्त्वाच्या मुद्द्यावर प्रकाश टाकण्यात येतो.

दरवर्षी या अभियानाचे घोषवाक्य 'Know Your Risk' हे आहे. म्हणजे तुम्हाला कितपत हृदयरोगाचा धोका आहे हे जाणून घ्या.

हे घोषवाक्य देण्यामागे कारणही तेवढेच आहे. एका जागतिक सर्वेक्षणानुसार २०२५पर्यंत १.४ हजार कोटी लोक हृदयरोगाने ग्रासलेले असतील. याचाच दुसरा अर्थ असा की, २०२५पर्यंत २५ वर्षे वयोगटापर्यंतच्या प्रत्येक तीन माणसांमागे एक माणूस उच्च रक्तदाबाची शिकार झालेला असेल. उच्च रक्तदाब हे हृदयरोग होण्यामागचे एक महत्त्वाचे कारण आहे. हृदयरोगाची पूर्वलक्षणे काहीच दिसत नाहीत, त्यामुळे आपल्या डॉक्टरांकडून तपासून स्वतःला असलेला हृदयरोगाचा धोका कमी करणे हाच त्यावरचा उपाय आहे. सर्वेक्षण अहवालानुसार असेही लक्षात आले आहे की, एकूण हृदयरुग्णाच्या ८०% हृदयरुग्ण हे मध्यमवर्गीय आणि आर्थिक दुर्बल गटातील असतात, त्यामुळे या गटात जागरूकता निर्माण करणे महत्त्वाचे आहे. हृदयरोग पूर्वसूचनेनुसार येत नसला तरी तो टाळणे आपल्या हातात नक्कीच आहे.

२८ सप्टेंबर : माहितीचा अधिकार दिन

लोकशाहीत लोकांनी मतदानाद्वारे निवडून दिलेल्या प्रतिनिधींनी आखलेल्या योजना प्रत्यक्षात आणण्याचे काम नोकरशाही करते. अप्रत्यक्षरीत्या लोकांनीच केलेल्या या कारभारात पारदर्शकता असावी, अशी लोकांची रास्त अपेक्षा असते. माहितीचा अधिकार कायद्यामुळे पारदर्शकता, जबाबदारी आणि लोकसहभाग या तीन बाबींना महत्त्व प्राप्त झाले असून, लोकशाहीच्या सबलीकरणासाठी हा कायदा निश्चितच उपयोगी ठरणार आहे.

माहितीचा अधिकार १२ ऑक्टोबर २००५ रोजी भारतीय जनतेला मिळाला. या अधिकाराचा वापर करून प्रशासकीय कारभारातील दोष, उणिवा, गैरप्रकार उघड करण्यास मदत होईल.

देशातील अनेक कायदे हे जनतेने पाळायचे आणि प्रशासनाने त्यावर अंकुश ठेवायचा, अशा स्वरूपाचे आहेत; पण माहितीचा अधिकार हा एकमेव कायदा असा आहे की, प्रशासनाने तो पाळायचा असून, जनतेची त्यावर नजर असणार आहे! या कायद्यामुळे प्रशासनातील गैरप्रकाराला निश्चितच आळा बसेल.

माहिती म्हणजे नोंदी, कागदपत्रे, शेरे, मेमो, गोपनीयता, ई-मेल्स, प्रसिद्धीपत्रके, आदेश, शासननिर्णय, करारनामा अहवाल, कागद इ. नमुने या आणि अशा स्वरूपातील कोणतेही साहित्य तसेच संगणकीय माध्यमात असलेली कोणत्याही स्वरूपाची खासगी

माहिती, कायद्यातील तरतुदींनुसार इत्यादी माहिती जाणून घेण्याचा अधिकार आहे.

जागतिक पातळीवरील माहितीचा अधिकार दिवस प्रथम २८ सप्टेंबर २००३ रोजी साजरा करण्यात आला होता. पहिला माहिती अधिकार स्वीडन या देशात १७७६मध्ये अमलात आला. राष्ट्रातील वाढत्या गैरप्रकाराला आळा बसण्यासाठी १९४६मध्ये संयुक्त राष्ट्र महासभेने त्या संदर्भात ठराव केला. अनेक देशांत हा कायदा पाळला जातो आहे. सध्या भारतात या कायद्याचे जास्त उद्‌बोधन सुरू आहे.

बल्गेरियामध्ये २८ सप्टेंबर २००२मध्ये फ्रीडम ऑफ इन्फर्मेशन नेटवर्क नावाची संस्था स्थापन झाली आणि त्यानंतर जगभरात या माहितीच्या अधिकाराबाबत उद्‌बोधन होत गेले. या अनुषंगाने कायद्याची मागणीसुद्धा होऊ लागली.

भारतात सरकारी, निमसरकारी कार्यामध्ये सुस्पष्टता व जबाबदारी निर्माण होण्याच्या दृष्टीने, गैरप्रकाराला वेसन घालण्यासाठी, खऱ्या अर्थाने जनहित राबवण्याकरिता व जनतेला माहिती मिळावी म्हणून माहितीचा अधिकार कायदा २००५मध्ये अस्तित्वात आला. या कायद्याची राज्यघटनेत तरतूद नाही; पण सर्वोच्च न्यायालयाने हा कायदा अमलात आणला. महाराष्ट्र राज्यात ऑगस्ट २००३ माहितीच्या अधिकाराचा स्वतःचा कायदा होता. १२ ऑक्टोबर २००५मध्ये या कायद्याचा अधिकार देशभर लागू झाला.

ऑक्टोबर

१ ऑक्टोबर : जागतिक ज्येष्ठ नागरिक दिन

सन १९९१ पासून १ ऑक्टोबर हा 'जागतिक वयोवर्धन दिन म्हणून साजरा केला जातो.

जगभर आज वृद्धांची अवस्था खूप बिकट झाली आहे. आज वृद्धांची संख्या एक अब्जाच्या घरात गेली आहे. इंग्लंड, अमेरिकेसारख्या प्रगत राष्ट्रांमध्ये 'कुटुंब' ही संस्थाच रूढ नसल्याने, तेथील वयात आलेली मुले आपल्या आई-वडिलांकडे ममतेच्या भावनेने न बघता व्यावसायिक नजरेने बघतात आणि त्यांची रवानगी थेट वृद्धाश्रमात करतात. भारतात मात्र अशी परिस्थिती नव्हती; परंतु, हल्ली खास करून शहरी भागात फ्लॅट संस्कृती अस्तित्वात आली. एकत्र कुटुंब पद्धतीचा ऱ्हास झाला. पती-पत्नी दोघेही नोकरीला, परिणामी मुलाला लहानपणी पाळणाघरात तर मोठेपणी हॉस्टेलच्या बेडीत अडकवले की झाले, तेव्हा ही जुनी अडगळ घरात ठेवून काय कामाची? त्यांची रवानगी

थेट वृद्धाश्रमाच्या काशीयात्रेत.

वृद्धांची या अवस्थेची दखल संयुक्त राष्ट्रसंघाने घेतली. १९७१मध्ये 'इन्स्टिटय़ूट ऑफ एजिंग' ही संस्था स्थापन करण्यात आली. 'रोटरी इंटरनॅशनल अँड एजिंग इन्स्टिटय़ूट'ने सर्व राष्ट्रांना सीनियर सिटीझन म्हणजे ज्येष्ठ नागरिक संघ स्थापन करण्याचे आदेश दिले. त्या धर्तीवर आपल्या महाराष्ट्रात २० ते २५ ज्येष्ठ नागरिक संघ एकत्र येऊन १९८०च्या सुमारास ज्येष्ठ नागरिक संघांचा एक महासंघ स्थापन झाला. एकट्या महाराष्ट्रात १५०च्यावर ज्येष्ठ नागरिक संघ स्थापन झाले आहेत. सबंध भारतात ही संख्या १०००च्या आसपास जाईल. भारतात ज्येष्ठ नागरिकांची संख्या आता ११,००,०००च्या आसपास आहे.

एकीकडे भारतात अशा संघटना स्थापन होत असताना जागतिक संघटना काही गप्प बसल्या नाहीत. १९८२मध्ये व्हिएन्ना येथे झालेल्या संयुक्त राष्ट्रसंघाच्या बैठकीत वृद्धांच्या राहणीमानाचा विचार करण्यात आला. १६ फेब्रुवारी १९९१मध्ये व्हिएन्ना येथे झालेल्या बैठकीत संयुक्त राष्ट्रसंघाने ज्येष्ठ नागरिकांच्या हक्कांचा जाहीरनामाच प्रसिद्ध केला. त्यात १९ बाबींवर विचार करण्यात आला आणि एक ऐतिहासिक निर्णय असा घेण्यात आला की, दि. १ ऑक्टोबर हा दिवस सर्व जगभर 'जागतिक ज्येष्ठ नागरिक दिन' म्हणून पाळण्यात यावा याच दिवशी नव्याने वय उलटलेल्या ज्येष्ठ नागरिकांना सभासदत्व देण्यात येते.

आज 'ज्येष्ठ नागरिक दिन' साजरा करणे ही काळाची गरज आहे. कारण अमेरिकेत व युरोपात तर सरासरी आयुष्यमान ७०च्याही पुढे आहे. भारत स्वतंत्र झाला तेव्हा आपल्या देशातील लोकांचे सरासरी आयुष्यमान ३७ वर्षे एवढे होते. आज ते ६७ वर्षे झाले आहे. तेव्हा या देशाने, समाजाने आपले आयुष्य दुप्पट केले आहे. त्याचे ऋण फेडले पाहिजे, ही जाण आपल्याला उतारवयात येते; पण या वयात सारे शरीर आणि मन प्रत्येकालाच साथ देत नाही, तेव्हा शरीराला आणि मनाला टवटवीतपणा आणण्यासाठी १ ऑक्टोबर हा दिवस 'ज्येष्ठ नागरिक दिन' म्हणून साजरा करण्यात येतो.

आयुष्यभर संपूर्ण कुंटुबाचे ओझे स्वत:च्या खांद्यावर वागवणाऱ्या ज्येष्ठाचा सन्मानाचा दिवस

२ ऑक्टोबर : आंतरराष्ट्रीय अहिंसा दिवस

२ ऑक्टोबर हा गांधी जयंतीचा दिवस आंतरराष्ट्रीय अहिंसा दिवस म्हणून पाळला जाणे हे भारताच्या दृष्टीने निश्चितच अभिमानास्पद आहे. युनोने आजपर्यंत घोषित केलेल्या

दिवसांपैकी एखादा दिवस एखाद्या व्यक्तीच्या जयंती-पुण्यतिथीच्या निमित्ताने जाहीर झालेला अभावानेच आढळेल. तो मान आपल्या राष्ट्रपित्याला मिळाला आहे.

सर्वच धर्मांनी अहिंसेला श्रेष्ठ मानले आहे. गांधीजी स्वत:ही म्हणतात की, हिंसेने प्रतिपक्षाची बुद्धी कुंठित, विवेक मलिन आणि आत्मा भयभीत होतो. अहिंसेने त्या सर्वांमध्ये नवीन स्फूर्ती येते म्हणून हिंसेपेक्षा अहिंसेची नैतिक श्रेष्ठता अधिक आहे.

अहिंसेचे तत्त्व राजकीय आणि सामाजिक क्षेत्रातील अन्याय निवारणाचे साधन म्हणून त्यांनी जगासमोर ठेवले, त्यांना सामाजिक रूप दिले, त्या साधनाचा आफ्रिकेत आणि भारतात यशस्वी वापर केला. शोषित पीडित साधनहितांच्या हातात अहिंसक सत्याग्रहाचे एक अभिनव शस्त्र दिले.

अहिंसक सत्याग्रहाच्या शस्त्राने गुलामीच्या शृंखला तुटू शकतील, अशी कल्पनाही जगात कोणी केली नव्हती. गांधीजींनी ही कल्पना प्रत्यक्षात साकार केली.

आज जगात हिंसेचे साम्राज्य का पसरले आहे? कारण माणूस मानवीय गुण विसरला. परस्परांवर प्रेम करण्याचे सामर्थ्य गमावून बसला. आपण स्वतः आणि देश, धर्म, जात यांचा पोकळ अभिमान आणि इतरांना अंकित करण्याची लालसा हिंसेच्या मुळाशी असते. दुसऱ्यांचे विचार, मत ऐकून घेणे तर दूरच; ऐकून घेण्याचे सामर्थ्य, सौजन्य आणि सहिष्णुता नष्ट पावली आहे. हिंसेचे उगमस्थान मनात होते. म्हणूनच अहिंसेच्या विचारांसाठी मनाची मशागत आवश्यक आहे. मनातून राग, द्वेष, अविश्वास हे तण उपटून काढावे लागेल. तिथे प्रेम, बंधुभाव आणि परस्पर विश्वास यांचे बीजारोपण आणि संगोपन करावे लागेल. गांधीजींनी जीवनभर हे केले. गांधीजींनी अहिंसेचे चिंतन केले आहे. प्रत्येक लढ्याच्या वेळी अहिंसक मार्गाचे स्पष्टीकरण 'हरिजन' आणि 'यंग इंडिया' या नियतकालिकांमध्ये केले आहे.

अहिंसा-दिनाच्या निमित्ताने त्यांना अभिप्रेत असलेला अहिंसेचा अर्थ समजून घेऊ.

गांधीजी म्हणतात, ''प्रत्यक्ष हत्या न करणे म्हणजेच केवळ अहिंसा नव्हे. प्रत्येक सुविचार, उतावळेपणा, कोणाचे वाईट चिंतणे ही हिंसाच आहे. इतरांना ज्या वस्तू गरजेच्या आहेत त्या हव्यासापोटी आपल्या ताब्यात ठेवणे हीसुद्धा हिंसाच आहे!''

'अहिंसा म्हणजे आक्रमक हिंसेपुढे वाकणे किंवा झुकणे नव्हे. मरण आले तरी त्याच्या अन्यायापुढे न झुकणे हा अहिंसेचा खरा अर्थ आहे.'

१९४२चा लढा सुरू करण्यापूर्वी गांधीजी म्हणाले होते, ''अहिंसक आंदोलनाचा हेतू ब्रिटिशांकडून सत्ता हिसकावून घेणे हा नसून, हिंदुस्थान आणि इंग्लंड यांच्या परस्परसंबंधात परिवर्तन घडवून शांततापूर्ण सत्तांतर हे आहे.''

अहिंसेचा एवढा सूक्ष्म विचार करणारा महात्मा आज नाही. या अभिनव मार्गावरून आपल्याला बोट धरून चालविणारा राष्ट्रपिता आज आपल्याला सोडून गेला आहे. आपल्या मनातील कुविचार काढून दुर्गुणांचे तण उपटून मानवीय गुणांचे बीजारोपण आणि संगोपन करणाऱ्या कुशल विचारवंताला काळाने हिरावून नेले. त्यांच्या विचारातून मार्गदर्शन घेऊन आपणच आपल्याला घडवायचे आहे. खऱ्या अर्थाने माणूस बनायचे आहे, असे झाले तरच जग नष्ट करायला निघालेल्या हिंसेचे तांडव थांबणार आहे. मानवी जीवन सुरक्षित होणार आहे. असे झाले तर खऱ्या अर्थाने 'आंतरराष्ट्रीय अहिंसा दिन' साजरा होईल.

५ ऑक्टोबर : जागतिक शिक्षक दिन

संपूर्ण जगात विद्यार्थ्यांना घडविणारा शिक्षक हा भावी पिढी घडविणारा उद्याचा 'विश्वकर्मा' म्हणून जग त्याला वंदन करतो. जगातील सर्वच देशांत शिक्षकांबद्दल आदर, कृतज्ञता व्यक्त करण्यासाठी विविध तारखांना 'शिक्षक दिन' हा दिवस मोठ्या आदरपूर्वक साजरा केला जातो. या पार्श्वभूमीवर जागतिक शिक्षक दिनाची संकल्पनाही पुढे आली. त्याकरिता ५ ऑक्टोबर १९६६ रोजी पॅरिस येथे युनेस्कोने जगभरातील विविध देशांचे ३४८ प्रतिनिधींसमोर जगाला घडविण्याचे सामर्थ्य असणाऱ्या शिक्षकांबद्दल आदरभाव, कृतज्ञता व्यक्त करण्यासाठी 'जागतिक शिक्षक दिन' ही संकल्पना पुढे आली.

दि. ५ ऑक्टोबर १९९४ पासून हा दिवस 'जागतिक शिक्षक दिन' म्हणून साजरा केला जाऊ लागला. विविध देशांमध्ये विविध तारखांना 'शिक्षक दिन' साजरे केले जाऊ लागले. त्याचाच एक भाग म्हणून–

१) चीनमध्ये २७ ऑगस्ट हा दिन 'शिक्षक दिन' म्हणून प्रतिवर्षी साजरा केला जातो.
२) रशियामध्ये ५ ऑक्टोबर १९९४ पासून प्रतिवर्षी शिक्षक दिन साजरा केला जाऊ लागला.
३) अमेरिकेमध्ये दरवर्षी मे महिन्याच्या पहिल्या आठवड्यात तो साजरा केला जातो.
४) थायलंडमध्ये दरवर्षी १६ जानेवारी १९५७ पासून हा 'शिक्षक दिन' साजरा केला जातो.
५) इराण देशात दरवर्षी २ मे रोजी १९८० पासून हा 'शिक्षक दिन' साजरा केला जातो.
६) तुर्की देशात २४ नोव्हेंबर रोजी हा दिवस साजरा केला जातो.
७) मलेशियात १६ सप्टेंबर रोजी तो साजरा करतात.
८) भारतात ५ सप्टेंबर रोजी हा शिक्षक दिन साजरा केला जातो. भावी पिढी आदर्श

करण्याचे महान काम खऱ्या अर्थाने शिक्षकच करीत असतात. विविध देशांत वेगवेगळ्या दिनी हा शिक्षक दिन साजरा केला जातो; परंतु, जगात एकाचवेळी या शिक्षकाविषयीचा आदर व्यक्त करता यावा म्हणून जागतिक स्तरावर ५ ऑक्टोबर हा 'जागतिक शिक्षक दिन' म्हणून साजरा केला जातो.

जागतिक दर्जाचे शिक्षक

१) अल्बर्ट आईनस्टाईन, २) ॲरिसस्टॉटल, ३) ॲनरॅन्ड, ४) गॅलिलिओ, ५) आयझक न्यूटन, ६) कॉम्प्युशियम आदी आहेत.

जागतिक परिषदेचा मुख्य उद्देश

जागतिक शांतता परत मिळवायची असेल, तर शिक्षणाचा प्रचार व प्रसार हेच हत्यार शैक्षणिकदृष्ट्या वापरता येईल यावर एकमत झाले त्याकरिता शिक्षक वाचवणे महत्त्वाचे व गरजेचे आहे.

९ ऑक्टोबर : जागतिक टपाल दिन

जागतिक टपाल दिन

'संपर्कसाधन' हा जागतिकीकरणाचा आत्मा आहे. मोबाईल, इंटरनेटसारख्या आणखी कितीतरी इलेक्ट्रॉनिक साधनांद्वारे आपण जगाच्या कानाकोपऱ्यांतल्या माणसाशीही संवाद साधू शकतो. १५० वर्षांपूर्वीच्या काळात मात्र पोस्टाद्वारे टपाल पाठविणे, हाच संपर्काचा प्रमुख आणि खात्रीशीर स्रोत होता. ९ ऑगस्ट १८७४ला स्वीत्झर्लंडच्या सर्व शहरांत युनिव्हर्सल पोस्टल युनियनची (यू.पी.यू.) स्थापना झाली. त्याच संस्थेच्या १९६९च्या टोकियोमध्ये झालेल्या परिषदेत ९ ऑक्टोबर हा दिवस 'जागतिक टपाल कार्यालय दिन' म्हणून मान्यता पावला.

जगाच्या सामाजिक व आर्थिक विकासातले पोस्टाचे योगदान अधोरेखित करून जगासमोर आणणे हा त्यामागचा उद्देश होता. त्याचबरोबर पोस्टाचे कामकाज सक्षम करणे, नवीन योजनांची आणि सेवांची ओळख जनतेला करून देणे, ही उद्दिष्टे साध्य करण्यासाठी नवीन तिकीट, पोस्टर्स वितरित करणे, कॉन्फरन्सेस, सेमिनार्स, कार्यशाळा घेणे हेही केले जाते. जगातल्या १५० देशांपैकी या काही ठिकाणी सांस्कृतिक व क्रीडाविषयक कार्यक्रमही आयोजित केले जातात.

भारतात १० ऑक्टोबर हा 'राष्ट्रीय टपाल दिन' मानला जातो. मानवीदूतापासून

प्राचीन काळी सुरू झालेली भारतातली संपर्क सेवा आज इलेक्ट्रॉनिक्स मनी ट्रान्स्फर एअर एक्स्प्रेस सर्व्हिसपर्यंत पोहचली आहे. तसेच टपाल सेवेशिवाय बँकिंग, विमा, परकीय चलन या क्षेत्रांतही भारतीय डाक विभागाने मजल मारली आहे. काश्मीरमधल्या दल सरोवरात तरंगते पोस्ट ऑफिस सुरू आहे. सर्वांत विस्तृत आणि विविध स्वरूपी भूप्रदेशात कार्यक्षमतेने पोहचलेला म्हणून भारतीय डाक विभाग जगभरात प्रसिद्ध पावलेला आहे.

१५ ऑक्टोबर : वाचन प्रेरणा दिन

(भारतरत्न डॉ. ए.पी.जे.अब्दुल कलाम जयंती)

(जन्म : १५ ऑक्टोबर १९३१, मृत्यू : २७ जुलै २०१५)

१५ ऑक्टोबर हा माजी राष्ट्रपती ए.पी.जे.अब्दुल कलाम यांचा जन्म दिन. राज्यशिक्षण व क्रीडा मंत्रालयाने महाराष्ट्र राज्यात सन २०१५ पासून 'वाचन प्रेरणा दिवस' म्हणून साजरा करण्याचे राज्य सरकारने जाहीर केले आहे.

भारताचे माजी राष्ट्रपती डॉ.ए.पी.जे.अब्दुल कलाम हे बहुआयामी, बहुपेडी आणि अनेक गुणवैशिष्ट्ये असणारे व्यक्तिमत्त्व होते. त्यांच्या व्यक्तिमत्त्वाचे एक वैशिष्ट्य म्हणजे, ते वैज्ञानिक म्हणून त्यांच्या क्षेत्रात कार्य करत होते; मात्र, त्यांचे वाचन दांडगे होते. वैज्ञानिक पुस्तकांव्यतिरिक्त ललित वाङ्मय वाचण्याची त्यांना खूप आवड होती. पुराण कथा, कुराण, महाभारत, बायबल असे सर्व महान ग्रंथ वाचून त्यातील सार ते आपल्या भाषणांतून मुलांना, पालकांना व शिक्षकांना सांगत असत.

जगण्याचे खरे ज्ञान साहित्यातून, ग्रंथातून, वाङ्मयातून मिळते, तेव्हा त्यांच्यावर प्रेम करा, असे नेहमीच ते सांगत राहिले.

ग्रंथांचे स्थान मानवी जीवनात मित्र, मार्गदर्शक, गुरू अशा व्यापक प्रमाणावर आहे. पुस्तकांमुळे ज्ञान, माहिती, शिक्षण, मनोरंजन, उपदेश, सर्व काही मिळू शकते. आजचे युग हे दूरदर्शन, इंटरनेट, वायफाय, व्हॉट्सअॅप तंत्रज्ञानाचे आहे. आजच्या या युगात 'वाचन' ही एक गरज बनलेली आहे; परंतु, आजच्या धकाधकीच्या जीवनात वाचायला वेळच मिळत नाही, हे अनेकांकडून ऐकावयास मिळते. वाचनाचे महत्त्व सांगताना हेलन केलर म्हणाली होती की, पैशांच्या श्रीमंतीपेक्षा वाचनाची श्रीमंती कधीही श्रेष्ठ असते. वाचनामुळे ज्ञानात भर पडते, बौद्धिक चालना मिळते, आत्मविश्वास वाढतो. विचारशक्ती, कल्पनाशक्ती, संवेदनशक्तीचा विकास होतो. माणूस प्रगल्भ बनतो, आनंददायी जीवन जगण्याचे सामर्थ्य लाभते म्हणूनच वाचनाचे महत्त्व सर्वांनीच जाणले

पाहिजे. जगाच्या कानाकोपऱ्यांत हे जाणून घेण्याची उत्सुकता वाचनामुळेच निर्माण होते. भारतातील गेल्या पिढीतील सगळी मोठी माणसे मनस्वी ग्रंथप्रेमी होती. ही माणसे वाढली ग्रंथांच्या सहवासात.

मंडालेच्या तुरुंगात असताना लो.टिळकांनी जो प्रदीर्घ एकांतवास सुसह्य केला तो केवळ ग्रंथांच्या सहवासात. ते म्हणत, ''मी नरकातसुद्धा पुस्तकांचे स्वागत करीन. नरकातही पुस्तकांच्या साथीने स्वर्ग निर्माण करीन,'' पं. नेहरू, स्वा.सावरकर, डॉ. बाबासाहेब आंबेडकरांपासून ते सी.व्ही.रमण, रवींद्रनाथ टागोर अशी एक ना अनेक थोर व्यक्तिमत्त्वे उत्तम वाचक होते. त्यांच्या जडण-घडणीमध्ये ग्रंथवाचनाला मोलाचे स्थान होते.

उत्तम वाचक व्हायचे असेल, तर एकचित्त होण्याची फार गरज आहे. नामांकित खगोलशास्त्रज्ञ हर्षलने वाचनाबद्दल म्हटले आहे की, या गजबजलेल्या संभ्रमित जीवनात तुमचा एकमेव विसावा कोणता असे जर तुम्ही मला विचाराल तर मी सांगेन, ''वाचन हा माझा एकमेव विरंगुळा आहे. माणसाला हा विरंगुळा द्या.'' वाचनाची सवय लावा, मग पाहा! आयुष्यात सुख म्हणजे काय हे तेव्हा कळेल. भारतातील सगळी संपत्ती जरी माझ्यासमोर आणून ठेवली, तरी मी बालपणापासून जडलेलं वाचनाचे प्रेम सोडून देणार नाही, असे प्रसिद्ध इतिहासकार गिबन म्हणाला होता.

'प्रसंगी अखंडित वाचत जावे' हा बहुमूल्य उपदेश रामदास स्वामींनी केला आहे. या उक्तीप्रमाणे डॉ. कलाम यांनी 'अखंडित वाचत जावे' असे जणू जीवनसूत्रच अवलंबले होते. दररोज रात्री झोपण्यापूर्वी ते नियमितपणे वाचत. या त्यांच्या वाचनवेडातून शिक्षकांसहित सर्वांनीच बोध घेतला पाहिजे.

तरुणपिढीमध्ये वाचनाची प्रेरणा कमी झालेली आहे. ही पिढी सोशल मीडियाच्या आहारी जाताना पाहायला मिळतेय. मध्यंतरी झालेल्या एका सर्वेक्षणामध्ये ७५ टक्के तरुण सोशल मीडियामध्येच आपला बराचसा वेळ व्यतीत करतात, असे दिसून आले होते. वाचनसंस्कृती कमी होत चालली आहे. पूर्वीच्या काळी 'ग्रंथ हे आपले गुरू असतात, वाचनाने जीवन समृद्ध होते, अशी शिकवण रुजवली गेली होती. आज अशाप्रकारची शिकवण नव्याने रुजवणे गरजेचे आहे. यासाठी सरकारने आणि समाजातील सामाजिक क्षेत्रात काम करणाऱ्या संस्था, माध्यमे या सगळ्यांनी पुढाकार घेऊन समाजप्रबोधन करण्याची गरज आहे. मराठी साहित्य परिषदेने तरुणांना व विद्यार्थ्यांना वाचनाकडे, साहित्याकडे आकर्षित करण्यासाठी उपक्रम राबवणे आवश्यक आहे. शाळा व महाविद्यालयांमध्ये वाचनसंस्कृती रुजवण्यासाठी वाचन कसब असणे आवश्यक आहे.

डॉ. कलाम नेहमी म्हणायचे की, शाळेमध्ये मुलांसाठी शेकडो प्रकारची पुस्तके असली पाहिजेत. त्या ठिकाणी मुलांना किमान दोन तास जाऊ द्यावे आणि पाहिजे ती

पुस्तके वाचू द्यावीत. त्यातून मुले खऱ्या अर्थाने ज्ञानवंत होतील.

डॉ. कलाम यांचे हे विचार प्रत्यक्षात आणण्याचा प्रयत्न केला, तर ती खऱ्या अर्थाने त्यांना आदरांजली ठरेल. इतकेच नाही, तर त्यांचे स्वप्न साकारण्याच्या दिशेने आपली वाटचाल अधिक वेगाने होऊ शकेल.

२० ऑक्टोबर : राष्ट्रीय एकात्मता दिन

प्रत्येक संकट काहीतरी धडा शिकवत असते. २० ऑक्टोबर १९६२ रोजी असेच एक संकट भारतावर आले. त्या दिवशी भल्या पहाटे मित्र म्हणवणाऱ्या कम्युनिस्ट चीनने विश्वासघात करून भारतावर आक्रमण केले. तत्कालीन पंतप्रधान पं.जवाहरलाल नेहरू यांनी भारत आणि चीनच्या मैत्रीचा दोन हजार वर्षांचा हवाला दिला होता. 'हिंदी चिनी भाई भाई' अशी घोषणा देशभर उमटत होती. कम्युनिस्ट चीनला मान्यता देणारे भारत हे पहिले राष्ट्र होते. इतकेच नव्हे तर चीनला संयुक्त राष्ट्रसंघात प्रवेश द्यावा यासाठीही भारताने पुढाकार घेतला होता आणि चीनने मात्र केवळ पंतप्रधान नेहरूंचाच विश्वासघात केला नाही, तर पवित्र भारत मातेचा अपमान करून कोट्यवधी भारतीयांचाही विश्वासघात केला.

बर्फाळ प्रदेशात लढण्यासाठी भारताकडे दुर्दैवाने ना साधने होती ना अनुभव होता. सर्वच प्रतिकूलता होती. भारताला या युद्धात नामुष्की पत्करावी लागली. भारताचा पराभवच झाला. २१ नोव्हेंबरला चीनने युद्धबंदी घोषित केली; परंतु, भारताचा हजारो मैलांचा प्रदेश चीनने गिळंकृत केला; पण अशाही परिस्थितीत साधनांची कमतरता असताना शीख बटालियनचे सुभेदार जोगिदरसिंग यांनी चिनी सैन्याला सडेतोड उत्तर दिले; पण महत्त्वाचा भाग चीनच्या हाती लागू दिला नाही. स्टेनगन हातात असलेल्या अवस्थेतच त्यांनी प्राण सोडला होता. देशभक्ती व देशासाठी प्राणांची पर्वा न करता लढणाऱ्या सैनिकांची जिद्द जगाला दिसली. पराभूत होऊनही भारतीय सैन्याच्या पराक्रमाचे दर्शन घडले होते. चीनने केलेले आक्रमण आणि त्यात झालेला मानहानिकारक पराभव, हा भारताच्या इतिहासातील दुर्दैवी भाग असला तरी या संकट काळात असेतू हिमाचल राष्ट्रीय एकजुटीचे जे दर्शन घडले, तेही कधी विसरता येणार नाही. चीनच्या आक्रमणाच्या धक्क्याने जागा झालेला भारत आणि भारतीयांनाही या संकटाने दिलेली देणगीच होती. हे आक्रमण राष्ट्रीय एकात्मतेचा हुंकार प्रकट होण्यासाठी निमित्त ठरले. देशाला या युद्धात मोठी किंमत मोजावी लागली; पण जी देशभक्ती आणि एकात्मता प्रकट झाली त्या संघशक्तीच्या बीजांची ताकतही कळली.

भारतासारख्या खंडप्राय देशात विविध भाषा, विविध प्रांत, विविध जाती-धर्म, विषमता असूनही भारत देश आणि भारत माता यासाठी मात्र सर्व मतभेद विसरून भारतीय नागरिक एक होऊ शकतो, याचे अभूतपूर्व प्रत्यंतर या वीस ऑक्टोबरच्या हल्ल्यामुळे आले, म्हणून २० ऑक्टोबर हा दिवस 'राष्ट्रीय एकात्मता दिवस' म्हणून पाळला जातो. आता भारत एक आर्थिक महासत्ता आणि अण्वस्त्रधारी शक्तिमान देश म्हणून जगात पुढे येऊ पाहात असताना 'राष्ट्रीय एकात्मता दिन' अधिकच प्रखरतेने जागवला जाईल यात शंका नाही.

२१ ऑक्टोबर : जागतिक आयोडीन कमतरता दिन

२१ ऑक्टोबर हा दिवस जागतिक आयोडीन कमतरता दिन म्हणून मानला जातो. मानवी जीवनासाठी अत्यंत आवश्यक अशा सूक्ष्म घटकांत आयोडीनचा समावेश होतो. त्याच्या अभावी बालकांचा बौद्धिक, मानसिक व शारीरिक विकास खुंटतो. ही समस्या जास्त करून हिमालय, आल्प्स, अँडीज अशा पर्वतराजीत पूरबहुल प्रदेशात, शिवाय मध्य आफ्रिका, मध्यआशिया आणि युरोपमध्येही आढळते.

आपल्या गळ्याच्या पुढच्या भागात फुलपाखराच्या आकाराच्या थायरॉइड नावाच्या ग्रंथी असतात. त्यातून जे हार्मोन्स स्रवतात. ते रक्तामार्फत यकृत, मूत्रपिंड, स्नायू, हृदय व गर्भावस्थेतील बालकांच्या मेंदूत नेले जातात. या अवयवांच्या विकासासाठी ते आवश्यक असतात. आयोडीन योग्य प्रमाणात मिळाले नाही, तर थायरॉइड ग्रंथी जास्त क्रियाशील होऊन त्यांचा आकार वाढतो. आयोडीनची कमतरता तशीच चालू राहिल्यास थायरॉइड हार्मोन्स तयार होण्याची क्रिया बंद होते आणि व्यक्तीचा विकास थांबतो. याला 'हायपो-थायरॉइड' स्थिती म्हणतात.

समुद्री पाणवनस्पती, मीठ, प्रवाळ हे आयोडीनचे नैसर्गिक स्रोत आहेत. त्यांचा वापर करून आयोडीनची कमतरता भरून काढता येते; पण कमतरता असताना ते जास्त प्रमाणात घेणेही चांगले नसते. आयोडीन शरीरात जास्त प्रमाणात गेल्यास 'हायपो-थायरॉइड' स्थिती निर्माण होते. लघवी तपासणीतून आयोडीनचे शरीरातील प्रमाण तपासता येते. गरज वाटल्यास वैद्यकीय सल्ला जरूर घ्यावा.

भारताच्या आदिवासी भागात जन्मजात आयोडीन कमतरता असलेली बालके मोठ्या प्रमाणात आढळतात म्हणून आता सरकारने प्रसारमाध्यमांतून आयोडीनयुक्त मिठाची शिफारस करणाऱ्या जाहिराती प्रस्तुत करायला सुरुवात केली आहे.

२४ ऑक्टोबर : संयुक्त राष्ट्र दिन (युनो)

विसाव्या शतकाच्या पूर्वार्धात दोन महायुद्धे झाली. या महायुद्धांमधील मनुष्य व वित्तहानी लक्षात घेता, शांतता प्रस्थापित करण्यासाठी ठोस प्रयत्न केले पाहिजेत, असे जगातील सर्वच देशांना वाटू लागले. पहिल्या महायुद्धानंतर शांतता प्रस्थापित करण्यासाठी निर्माण केलेल्या राष्ट्रसंघाला यात फारसे यश आले नाही. दुसऱ्या महायुद्धानंतर जगातील पन्नास राष्ट्रांचे प्रतिनिधी एकत्र आले. विनाशकारी युद्धे थांबली पाहिजेत, हा विचार बळावला आणि 'संयुक्त राष्ट्रे' ही आंतरराष्ट्रीय संघटना २४ ऑक्टोबर १९४५ रोजी स्थापन झाली म्हणून २४ ऑक्टोबर हा दिवस 'संयुक्त राष्ट्र दिन' म्हणून साजरा केला जातो. जागतिक शांतता टिकवण्याची जबाबदारी एक-दोन राष्ट्रांची नसते. सर्वच राष्ट्रांना या जबाबदारीची जाणीव असली पाहिजे. संयुक्त राष्ट्रे ही अशी जाणीव निर्माण करणारी संघटना आहे.

जगातील बहुतेक राष्ट्रे संयुक्त राष्ट्र संघटनेचे सभासद आहेत. या संघटनेतील सभासद राष्ट्रांना 'समान दर्जा' असतो. विकसित-अविकसित, गरीब-श्रीमंत असा भेद न करता सर्व राष्ट्रांना समान मानले जाते.

संयुक्त राष्ट्र संघटनेची काही निश्चित उद्दिष्टे आहेत.

१) आंतरराष्ट्रीय शांतता व सुरक्षितता वृद्धिंगत करणे.
२) राष्ट्राराष्ट्रांमध्ये मैत्रीपूर्ण संबंध विकसित करणे.
३) आंतरराष्ट्रीय प्रश्न शांततेच्या मार्गाने सोडवणे.
४) मानवी हक्कांचे जतन व संवर्धन करणे.

संयुक्त राष्ट्रांचे सहा प्रमुख घटक आहेत.

१) आमसभा
२) सुरक्षा परिषद
३) आर्थिक आणि सामाजिक परिषद
४) आंतरराष्ट्रीय न्यायालय
५) विश्वस्त मंडळ
६) सचिवालय.

संयुक्त राष्ट्रांचे मुख्यालय न्यूयॉर्कमध्ये आहे, तर आंतरराष्ट्रीय न्यायालयाचे कार्यालय नेदरलँड्समधील 'द हेग' या शहरात आहे. श्रीमती विजयालक्ष्मी पंडित यांनी १९५३मध्ये

संयुक्त राष्ट्रांच्या आमसभेचे अध्यक्षपद भूषवले होते. हे पद भूषवणाऱ्या त्या पहिल्या भारतीय महिला होत्या.

या सहा प्रमुख घटकांशिवाय संयुक्त राष्ट्रांच्या (युनो) अनेक संलग्न संस्था सामाजिक, आर्थिक क्षेत्रांत कार्यरत आहेत.

१) आंतरराष्ट्रीय कामगार संघटना – कामगारांच्या परिस्थितीत सुधारणा घडवून आणणे, त्यांना संरक्षण देण्याचे कार्य ही संघटना करते याचे मुख्य कार्यालय जिनिव्हा येथे आहे.

२) अन्न व शेती संघटना – जगातील गरिबी, कुपोषण व भूकबळी यांसारख्या समस्या सोडवण्याची कामे या संघटनेची आहेत. मुख्य कार्यालय रोम येथे आहे.

३) शैक्षणिक, वैज्ञानिक आणि सांस्कृतिक संघटना (पॅरिस) विविध राष्ट्रांमधील शिक्षण, विज्ञान व संस्कृती इत्यादी क्षेत्रांतील देवाण-घेवाण वाढवणे, हे या संघटनेचे मुख्य काम आहे. याचे मुख्यालय पॅरिसला आहे.

४) जागतिक आरोग्य संघटना (जिनिव्हा) – जगातील सर्व लोकांच्या शारीरिक व मानसिक स्थितीत सुधारणा करणे, संसर्गजन्य रोगांना आळा घालणे इ. कामे ही संघटना करते.

५) आंतरराष्ट्रीय अणुऊर्जा आयोग (व्हिएन्ना) – नागरी अणुशक्तीचा वापर लष्करी कारणासाठी केला जाणार नाही. यावर देखरेख करण्याचे काम ही संघटना करते.

कोणत्याही राष्ट्रांवर अंकुश फक्त ही संघटनाच आणू शकते. संयुक्त राष्ट्रसंघाच्या कार्याची ओळख म्हणून २४ ऑक्टोबर 'संयुक्त राष्ट्र दिन' (युनो) जगात पाळला जातो.

नोव्हेंबर

५ नोव्हेंबर : मराठी रंगभूमी दिन

रंगभूमीच्या इतिहासात भारतीय रंगभूमी ग्रीक रंगभूमीइतकीच प्राचीन असली तरी ती संस्कृत रंगभूमी होय. मराठी रंगभूमीचा प्रारंभ मात्र १९ व्या शतकात विष्णुदास भावे यांनी केलेल्या पहिल्या प्रयोगापासून झाला. कीर्तन, तमाशा हे प्रकार त्यापूर्वी होते; परंतु, कथानक, वेषभूषा केलेली पात्रे त्यांचे संवाद व संगीत असे परिपूर्ण असलेले 'सीतास्वयंवर' हे नाटक विष्णुदास भावे यांनी सादर केले, तो दिवस म्हणजे ५ नोव्हेंबर १८४३. या नाटकाची शताब्दी ५ नोव्हेंबर १९४३ रोजी सांगली या नाट्यपंढरीत

स्वातंत्र्यवीर सावरकर यांच्या अध्यक्षतेखाली साजरी झाली व तेव्हापासून ५ नोव्हेंबर हा 'मराठी रंगभूमी दिन' म्हणून साजरा होऊ लागला. सांगली संस्थानचे अधिपती अप्पासाहेब पटवर्धन हे कलारसिक होते. १८४२च्या सुमारास कर्नाटकातील काही कलावंत सांगलीला आले व त्यांनी यक्षगानचा खेळ सादर केला. त्या वेळी मराठीत कलाप्रधान नाटक असावे, अशी इच्छा अप्पासाहेब पटवर्धन यांनी विष्णुदास भावे यांचेकडे बोलून दाखवली. भावे त्या वेळी अप्पासाहेब पटवर्धनांच्या खासगी नोकरीत होते. भावे यांनी हे काम स्वीकारले. पटवर्धनांनी त्यांना सर्व ती मदत देऊ केली. विष्णुदास भावे यांचे बालपण कर्नाटकात गेल्याने त्यांना या कलेविषयी थोडी माहिती होती. त्यांनी अभ्यास करून 'सीतास्वयंवर' हे नाटक बसवले; परंतु, कानडी नाटकात नृत्य अधिक असे, तसे न करता कथाप्रधान व संवादासह स्वतंत्र असे नाटक त्यांनी केले व त्याचा पहिला प्रयोग संस्थानमध्ये ५ नोव्हेंबर १८४३ रोजी सादर केला. त्या काळी रंगभूमीवर आलवणी रंगाचा पडदा वापरीत. रंगमंचाच्या एका बाजूस सूत्रधार गायक व वादक असत. प्रारंभी मारुतीच्या मूर्तीची पूजा होत असे. नंतर विदूषकाच्या संवादातून नाटकाची सूचना होई. गणेश व सरस्वतीचे आगमन होऊन, दोघांचे नमन होऊन मग नाटक सुरू होत असे. देव व राक्षस यांतील संघर्ष व शेवटी देवांचा विजय, असे कथानक असे. हे नाटक सर्वांना खूपच आवडले. अप्पासाहेबांच्या अकाली निधनाने मात्र राजाश्रय राहिला नाही तेव्हा नाट्य कलावंतांचा चरितार्थ चालवण्यासाठी त्यांनी गावोगाव दौरे केले. परिणामतः मराठी नाटकांचा महाराष्ट्रात प्रचार आणि प्रसारही झाला व अनेक नाट्यसंस्थाही उदयाला आल्या. खऱ्या अर्थाने विष्णुदास भावे यांनी 'सीतास्वयंवर' या नाटकाद्वारे मराठी नाटकांची मुहूर्तमेढ रोवली. नंतर त्यांनी दहा आख्यानात्मक नाटके रचली. त्याचे ठिकठिकाणी प्रयोग झाले. प्रेक्षकांच्या मनाची पकड घेणारी तसेच ज्ञान आणि रंजन असे दोन्ही हेतू साध्य होणारी रंगभूमी आज अत्यंत दिमाखाने उभी आहे. या वैभवशाली इतिहासाची स्मृती जपण्यासाठीच ५ नोव्हेंबरला 'मराठी रंगभूमी दिन' साजरा होतो.

११ नोव्हेंबर : राष्ट्रीय शिक्षण दिन

११ नोव्हेंबर हा मौलाना अबुल कलम आझाद यांचा जन्मदिवस 'राष्ट्रीय शिक्षण दिन' म्हणून २००८ पासून साजरा करण्यास सुरुवात झाली आहे.

दीडशे वर्षांच्या ब्रिटिश सत्तेचा लय होऊन, दि. १५ ऑगस्ट १९४७ रोजी भारताचा तिरंगा ध्वज आभाळी फडकला आणि पंतप्रधान पं. नेहरू यांच्या मंत्रीमंडळात भारताचे पहिले शिक्षणमंत्री म्हणून मौलाना अबुल कलम आझाद यांचे नाव झळकले.

शिक्षणावर प्रेम असणारा, बहुभाषापंडित आणि राजकारणात असूनही तत्त्वचिंतनाची बैठक असणारा एक सामाजिक विचारवंत अशी आझाद यांची प्रतिमा होती.

स्वतंत्र भारताचा विकास, त्याचे सर्वांगांनी उन्नयन आणि त्याच्या सर्व आशाआकांक्षांचे स्वप्न साकार करण्याचे मार्ग या दृष्टींनी शिक्षणखात्यावर मोठीच जबाबदारी होती. स्वतंत्र भारताची स्वप्न साकार करणारी कार्यशाळा म्हणून शिक्षणक्षेत्राकडे बघितले जात होते. या शिक्षणरथाचा सारथी असाच सक्षम हवा होता. पंडितजींनी मौलानांची योजना यासाठीच केली होती.

दि. ११ नोव्हेंबर १८८८मध्ये मक्का इथे आझाद यांचा जन्म झाला. त्यांचे मूळ नाव मोइउद्दीन अहमद असे होते, 'अबुल कलम' ही 'वाचस्पती' या अर्थाची पदवी आहे. पुढे मोइउद्दीन अहमद हे स्वतःच स्वतःच्या लेखनासाठी 'आझाद' हे टोपणनाव लावू लागले. अशा तऱ्हेने मोइउद्दीन अहमद यांचे मौलाना अबुल कलम आझाद झाले.

सन १८९०मध्ये आझाद यांचे वडील सहकुटुंब कोलकात्याला आले आणि छोट्या मोइउद्दीनने पारंपरिक शिक्षणद्वारा फार्सी, उर्दू, अरबी या भाषांचा अभ्यास केला. पुढे तर्कशास्त्र, इस्लामधर्म, तत्त्वज्ञान व गणित यांचाही अभ्यास त्यांनी केला. सर सय्यद अहमदखान यांचे काही लेख वाचनात आले आणि त्यांचा परिणाम म्हणून आझाद इंग्रजी शिकले.

सन १९०८मध्ये आझाद यांनी इजिप्त, अरबस्तान, तुर्कस्तान इ. देशांना भेटी दिल्या. या प्रवासात काही क्रांतिकारकांशी भेटी झाल्या.

सन १९२१मध्ये लोकजागृतीसाठी 'अल-हिलाल' हे साप्ताहिक आझाद यांनी सुरु केले. यामध्ये राजकीय मते प्रखरपणे मांडण्यात येत असत. ब्रिटिश सरकारने त्यांच्याकडून रु. १०,०००/- इतका जामीन मागितला. आझादांनी जामीन देण्याचे नाकारले आणि अल-हिलाल हे साप्ताहिक बंद पडले.

स्वातंत्र्यचळवळीत भाग घेतल्यामुळे आझादांवर अनेक प्रांतात जाण्यास बंदी घालण्यात आली होती. त्यांना सांची येथे स्थानबद्धही करण्यात आले. अनेक वर्षांनंतर सन १९२०मध्ये त्यांची स्थानबद्धतेतून सुटका झाली. मग आझाद यांनी असहकार आंदोलनात उडी घेतली. सन १९२१मध्ये त्यांना पुन्हा अटक झाली आणि एक वर्षानंतर सुटका झाली. सन १९२३मध्ये दिल्ली येथे भरलेल्या काँग्रेसच्या विशेष अधिवेशनाचे अध्यक्ष आझाद होते. सन १९३०मध्ये आझाद यांना असहकाराच्या आंदोलनाबद्दल पुन्हा अटक झाली. ते सन १९३९ ते १९४६ या काळात काँग्रेसचे अध्यक्ष होते. सन १९४२मध्ये महात्मा गांधीजीप्रणीत 'चले जाव' आंदोलन सुरू झाले. या आंदोलनात भाग घेतल्याबद्दल आझाद यांना ब्रिटिशांनी पुन्हा अटक केली.

ब्रिटिश सरकारच्या ज्या ज्या समित्या किंवा जे जे आयोग त्या काळी भारतीयांशी बोलणी करण्यासाठी आले, त्या बहुतेक सर्वांशी काँग्रेसच्या वतीने ज्यांनी प्रतिनिधित्व केले त्यांमध्ये आझाद यांचे स्थान महत्त्वाचे होते. १९४२ची सर स्टफर्ड क्रिप्स यांची योजना, १९४५ची लॉर्ड वेव्हेल यांची सिमला परिषद, त्याच सुमारास आलेले ब्रिटिश मंत्र्यांचे शिष्टमंडळ या सर्वांबरोबर पुढाकार घेऊन आझाद यांनी काँग्रेसतर्फे बोलणी केली आणि प्रभावीपणे आपल्या देशाची बाजू मांडली.

स्वातंत्र्यसूर्य उगवला. पंडित जवाहरलाल नेहरू पंतप्रधान झाले आणि शिक्षणमंत्री झाले मौलाना अबुल कलम आझाद. आझाद हे प्रभावी वक्ते व लेखक होते. आझाद यांनी बरीच पुस्तके लिहिली. त्यांतील काही गाजलेली पुस्तके अशी तजकेरा, गुब्बारे खातिर, कौले फैसल, दास्ताने करबला, तरजुमानुल कोरान. त्यांच्या भाषणांची पुस्तके प्रकाशित झाली आहेत. आपल्या निरनिराळ्या भाषणांमधून/पुस्तकांमधून आझाद यांनी शैक्षणिक विचार मांडले. शिक्षण दिनानिमित्ताने त्यांचे विचार आपण समजून घेऊ या. आचरणात आणण्याचा प्रयत्न करू या.

१२ नोव्हेंबर : 'राष्ट्रीय पक्षी दिवस'

डॉ. सलीम अली (सलीम मोईझुद्दीन अली) यांचा जन्म १२ नोव्हेंबर १८९६ रोजी झाला. हे भारतातील आद्य पक्षिशास्त्रज्ञ व पर्यावरणवादी होते. त्यांचा जन्म दिवस भारत सरकारने 'राष्ट्रीय पक्षी दिवस' म्हणून साजरा करण्याचे घोषित केले आहे.

ब्रिटिश राजवटीच्या काळात भारतातील पक्षांच्या विविध जाती आणि जातींमधील वैविध्य यांचा बारकाईने अभ्यास केला, त्यांच्या ह्या कार्याने भारतात हौशी पक्षी निरीक्षक बनण्याची परंपरा चालू झाली. भारतातील पक्षी निरीक्षक सलीम अली यांना 'आद्य गुरू' मानतात.

मुंबईच्या खेतवाडीमध्ये त्यांचा जन्म झाला. लहानपणी भेटवस्तू म्हणून दिलेल्या छर्‍र्याच्या बंदुकीने लहान पक्षी टिपायचे हा त्यांचा छंद होता आणि हाच छंद त्यांनी आयुष्यभर जोपासला. भारताच्या मोठ्या भूभागावर त्यांनी पक्षी निरीक्षण मोहिमा आखल्या. देशाच्या वायव्य सरहद्दीपासून ते केरळच्या जंगलांपर्यंत तसेच कच्छच्या दलदलीपासून पूर्वेकडे सिक्कीम व अरुणाचलपर्यंत जाऊन त्यांनी पक्षांच्या नोंदी केल्या. सलीम अलींचे पक्षिशास्त्रज्ञ म्हणून मोठेपण आहे. त्यांनी प्रकाशित केलेली पुस्तके भारतभर भ्रमण करून, त्यांनी जी तपशीलवार माहिती गोळा केली आहे, त्याचे त्यांनी केवळ रेकॉर्ड्समध्ये स्थान न ठेवता, ती माहिती सर्वसामान्यांना उपयोगी पडेल अशा शैलीत

पुस्तके लिहिली.

१९४३मध्ये लिहिलेले 'द बुक ऑफ इंडियन बर्ड्स' हे पुस्तक आजही पक्षी ओळखण्यासाठी उपयुक्त आहे. 'हॅन्डबुक ऑफ बर्ड्स ऑफ इंडिया ॲन्ड पाकिस्तान' (पिक्टोरियल गाईड) या दहा खंडी पुस्तकाने त्यांना खऱ्या अर्थाने अजरामर केले. त्यांनी अपार परिश्रम घेऊन भारतीय पक्ष्यांच्या १२०० जातींच्या व २१०० उपजातींच्या नोंदी, त्यांच्या सवयी वगैरे सर्वांगीण शास्त्रशुद्ध माहिती चित्रांसहित उपलब्ध केली. त्यांना १९५८मध्ये पद्मभूषण व १९७६ला पद्मविभूषण पुरस्कार देऊन भारत सरकारने त्यांचा उचित सन्मान केला आहे. याशिवाय द जॉन सी. फिलिप्स मेडल फॉर डिस्टिंग्विश सर्व्हिस इन इंटरनॅशनल कन्जर्वेशन, वर्ल्ड कन्जर्वेशन युनियनकडून (१९६९) जागतिक संवर्धन संघाकडून आंतरराष्ट्रीय संवर्धनात प्रतिष्ठित सेवेसाठी दिले गेलेले द जॉन सी. फिलिप्स पदक प्राप्त झाले.

त्यांच्या अलौकिक कार्याबद्दल भारत सरकारने १२ नोव्हेंबर हा त्यांचा जन्मदिवस 'राष्ट्रीय पक्षी दिन' म्हणून जाहीर केला आहे.

१४ नोव्हेंबर : बाल दिन

पंडित जवाहरलाल नेहरू यांचा जन्मदिवस आपण देशभर 'बाल दिन' म्हणून साजरा करतो. भारताचे पहिले पंतप्रधान पंडित नेहरू यांना गुलाबाची फुले व निरागस मुले अतिप्रिय होती. लहान मुलांविषयीच्या लळ्यातून मुलं त्यांना 'चाचा नेहरू' म्हणून संबोधू लागली. स्वतंत्र भारताचे राष्ट्रपती डॉ. ए.पी.जे. अब्दुल कलाम यांनीही आपले लक्ष मुलांवर केंद्रित केले आहे. खरे तर ही बालके म्हणजे राष्ट्राची संपत्ती त्यांच्या वाढीचा, विकासाचा प्रश्न म्हणजे आपली अस्मिताच असायला हवी. आजची बालके उद्याची भारतीय नागरिक आहेत, त्यामुळे बालकांची काळजी घेणे हे आपल्या सगळ्यांचेच कर्तव्य आहे. बालक म्हणजे अठरा वर्षांच्या आतील मूल; पण समाजात काही दुष्ट प्रवृत्तीच्या व्यक्ती बालकांच्या बाल्यावस्थेचा फायदा घेऊन त्यांचे शोषण करताना दिसतात. बालकांचा चोरटा व्यापार चालतो. अशी मुले किंवा मुली घरगुती कामासाठी, गुलाम म्हणून अवयवांच्या विक्रीसाठी, विकृत मनोरंजनासाठी, बालकामगार म्हणून, वेश्या व्यवसायासाठी तथा अमली पदार्थांच्या वापरासाठी त्यांचा उपयोग केला जातो. एका संघटनेच्या पाहणीनुसार ३० ते ३५ हजार मुले हरवल्याची नोंद वर्षभरात होते; पैकी २ ते ३ हजार मुलांचेच शोध लागले जातात. बाकीची बालके कोठे जातात. माहिती मिळत नाही.

बालकांना समज नसल्याने, त्यांना त्यांचा स्वतःचा आवाज नसल्याने ते अशा प्रकारच्या शोषणाला बळी पडतात. ही सर्व शाळाबाह्य बालके अर्थातच शिक्षणापासून वंचित राहतात. १९८९मध्ये जगात पहिल्यांदा संयुक्त राष्ट्रसंघाने बाल हक्क करार मांडला. त्यात १४ कलमे अंतर्भूत आहेत तथा

१) बालकांच्या अस्तित्वाचा हक्क
२) संरक्षणाचा हक्क
३) विकासाचा हक्क
४) सहभागाचा हक्क, असे वर्गीकरण या कलमांचे करण्यात आले. भारतानेही ही संहिता स्वीकारली व मुलांबरोबर मुलींच्या हक्क, रक्षणाचा कायदा भारतात अस्तित्वात आला. जगातल्या एकूण लोकसंख्येच्या १५ टक्के लोकसंख्या ही बालकांची आहे.

जी बालके कुटुंबात राहतात. आई-बाबांच्या छाया छत्राखाली वाढतात. प्रश्न त्यांचा नाही. अज्ञान, दारिद्र्य, अंधश्रद्धा या जोखडाखाली भरडल्या जाणाऱ्या बालकांचे जीवन कोमेजले जाते. त्यांच्या हसण्या-बागडण्याच्या वयात हट्ट करण्याच्या वयातच ही मुले वेगळ्या वाटेने निघतात. त्यांच्या अस्तित्वाचा, बालहक्काचा प्रश्न महत्त्वाचा वाटतो म्हणूनच १९२४मध्ये पहिल्यांदा (दुसऱ्या महायुद्धानंतर) 'Aglentine Jebb' या ब्रिटिश महिलेने बालकांच्या हक्काचा पाच कलमी कार्यक्रम मांडला होता म्हणजे एकविसाव्या शतकातल्या बालकांची स्थिती, गती काही अंशाने एकोणिसाव्या शतकातही तशीच होती. यासाठीच बालकांचा विकास व त्यांच्या समस्या यांचे निराकरण होणे गरजेचे आहे. किमानपक्षी त्यांना शिक्षणासाठी व निरोगी आरोग्यासाठी काही सुविधा उपलब्ध करणे, करून देणे गरजेचे आहे. उद्याच्या उज्ज्वल भविष्यासाठी भारताच्या उन्नतीसाठी आवश्यक आहे, तरच 'बाल दिन' खऱ्या अर्थाने साजरा होईल.

१९ नोव्हेंबर : आंतरराष्ट्रीय पुरुष दिन

(स्त्री-पुरुष यांच्यासाठी समान कायदे असावेत)

आंतरराष्ट्रीय पुरुष दिनाची सुरुवात युरोप, आफ्रिका, आशिया आणि कैरीबियन या देशांत सुरू झाली.

या देशात या दिनाला विशेष महत्त्व दिले जाते. या दिवशी मुलांचे व पुरुषांचे आरोग्याबाबत लक्ष केंद्रित करून पुरुषांना समान कायदे देणेबाबत जागरूकता निर्माण

केली जाते.

भारतामध्येसुद्धा या दिनाला विशेष महत्त्व प्राप्त झाले आहे.

मेन्स राइट्स असोसिएशन ही एक सामाजिक संघटना आहे. पुरुषांवर होणाऱ्या अन्यायाला ती वाचा फोडते. स्त्री-पुरुष यांना समान कायदे असावेत, अशी मागणी अनेक वर्षापासून सुरू आहे; परंतु, शासन स्तरावर स्त्री-पुरुष समान कायदेसंदर्भात विचार झाला नाही.

स्त्री-पुरुष समान कायदे संदर्भात उद्‌बोधन होण्याकरिता असोसिएशनतर्फे विविध उपक्रम राबवले जातात.

१९ नोव्हेंबर हा आंतरराष्ट्रीय पुरुष दिवस म्हणून साजरा केला जातो. १९९९मध्ये ही संकल्पना अस्तित्वात आली असून, जगभरात ६० देशांमध्ये हा दिवस साजरा केला जातो.

मेन्स राइट्स असोसिएशन गेल्या अनेक वर्षांपासून पुण्यामध्ये 'आंतरराष्ट्रीय पुरुष दिवस' साजरा करीत आहे. या दिवसाचे औचित्य साधून विविध उपक्रमही घेतले जातात.

कौटुंबिक हिंसाचार कायदा ४९८-अ, कामाच्या ठिकाणी लैंगिक अत्याचार या कायद्यांमुळे महिलांना संरक्षण मिळाले असले तरी या कायद्यांचा दुरुपयोग होत असल्याने अनेक पुरुषांना त्याचा जाच होत आहे. पुरुषांवर होणाऱ्या अत्याचाराबद्दल जागरूकता निर्माण होणे व मानसिकदृष्ट्या खचलेल्या पुरुषांना मानसिक आधार देण्याच्या उद्देशातून महिला आयोगाच्या धरतीवर राज्य सरकारने पुरुष आयोगाची स्थापना केली पाहिजे.

विविध प्रकारच्या लिंगभेद कायद्यामुळे त्रस्त झालेल्या पुरुषांना व कुटुंबाला मोफत मार्गदर्शन असोसिएशन मार्फत केले जाते. मेन्स राइट्स असोसिएशनमध्ये काम करणाऱ्या पित्यांमध्ये काही जण असेही आहेत की, जे मुलांना ४-५ वर्षांपासून भेटलेले नाहीत.

पत्नीला कायद्याने पाल्याला सांभाळण्याची जबाबदारी दिली जात असेल, तर पुरुषांना का नाही, असा सवालही पुरुषवर्गाकडून होत आहे.

या दिनानिमित्त त्रस्त असलेल्या व मानसिक खच्चीकरण झालेल्या पुरुषांची मुलाखत घेतली.

पाल्याविना जगतानाचे त्यांचे दुःख आणि संवेदना डोळ्यांत पाणी आणणारे आहे.

आई जितकी पाल्याला सक्षमपणे सांभाळू शकते, त्याचबरोबर पिताही मुलांना खंबीरपणे वाढवू शकतो, असा निर्णय होणे अपेक्षित आहे.

त्रस्त पित्यांच्या मागण्या

१) शेअर पॅरेंटिंगचा कायदा व्हावा.

२) आईबरोबर पित्यालाही मुलांना वाढविण्याचा समान हक्क मिळावा.

३) आठवड्यातून दोन दिवस आणि सणासुदीला भेटण्याची परवानगी हवी.

४) पित्याने दिलेल्या भेटवस्तू मुलांना देण्यात याव्यात.

वरील मागण्यांनुसार स्त्री-पुरुष यांना समान कायदे असावेत असे वाटते.

डिसेंबर

१ डिसेंबर : जागतिक एड्स विरोधी दिन

(एड्स : एक भयानक संकट)

मानवी शरीरातील प्रतिकारशक्तीवर हल्ला करून ती सावकाश नष्ट करणारा HIV/AIDS हा रोग आपल्या देशात एक भयानक संकट म्हणून आला आहे.

संयुक्त राष्ट्र संघटनेने एच.आय.व्ही./एड्स नियंत्रण कार्यक्रमांतर्गत 'एक जग एक आशा' (ONE WORLD, ONE HOPE) हा संदेश देऊन एड्स उद्रेकाला विस्तृत प्रतिसाद देण्याचे सर्वांना आवाहन केले आहे.

याचा प्रसार वेळीच रोखणे ही बिकट समस्या झाली आहे. या आजारामुळे काही पुरुष, स्त्रिया व लहान मुले यांच्या अस्तित्वास धोका निर्माण झाला आहे. या आजारावर आजपर्यंत तरी कोणतेही औषध अगर लस अस्तित्वात नाही. एड्स ही आज जागतिक समस्या असून, बहुतेक सर्व देशांत या रोगाचा प्रसार होत आहे. भारतात एप्रिल १९८६मध्ये चेन्नईत एड्सची पहिली केस आढळली, तर मे १९८६मध्ये मुंबईत एड्सचा पहिला रोगी आढळला.

एच.आय.व्ही. हे विषाणूचे नाव आहे. या विषाणूमुळे एड्स होतो. एच. आय. व्ही. विषाणू प्रथम शरीरात प्रवेश केल्यावर ५ ते १० वर्षांत एड्सची लक्षणे दिसतीलच असे नाही. हळूहळू माणसाची प्रतिकारशक्ती कमी होते. जसजशी प्रतिकारशक्ती कमी होते, तसतशी एड्सची लक्षणे दिसू लागतात. साधारण २० टक्के एच.आय.व्ही. बाधितांना ५ वर्षांत एड्स होतो; तर ५० टक्के बाधितांना तो १० वर्षांतही होऊ शकतो. अशा या एच.आय.व्ही. विषाणूंचा शोध १९८३मध्ये लागला. एच (H) ह्युमन, आय (I) इम्यूनो

डेफिशियन्सी, व्ही (V) व्हायरस.

मानवी शरीरात पांढऱ्या रक्तपेशी संरक्षक असतात व त्यामुळे प्रतिकारशक्ती तयार होते. जेव्हा रोगकारक जीवाणू/विषाणू शरीरात प्रवेश करतात, तेव्हा पांढऱ्या रक्तपेशी त्यांच्यावर हल्ला करतात व त्यांना नष्ट करतात. अशा प्रकारे पांढऱ्या रक्तपेशी मानवी शरीराचे रोगापासून रक्षण करतात. अशा व्यक्तींना एच.आय.व्ही.बाधित व्यक्ती म्हटले जाते. एच.आय.व्ही. हे एड्सचे उगमस्थान आहे.

एच.आय.व्ही./एड्स प्रसाराची कारणे

अ.क्र.	संसर्गाचा प्रकार	जागतिक टक्केवारी
१)	असुरक्षित लैंगिक संबंधातून	७० ते ८० टक्के
२)	रक्त चढविणे (देणे)	३ ते ५ टक्के
३)	मातेकडून बाळास	५ ते १० टक्के
४)	दूषित सुयांतून मादक द्रव्ये/इंजेक्शन	५ ते १० टक्के

एच.आय.व्ही. बाधित व्यक्तीशी निरोगी व्यक्तीचा एकदा जरी असुरक्षित लैंगिक संबंध आला, तरी संसर्गाचा धोका असतो.

शासन या रोगाकडे गांभीर्याने लक्ष देत आहे. आरोग्य व कुटुंब कल्याण खात्याच्या अधिकारात सन १९८७मध्ये राष्ट्रीय समितीची स्थापना झाली. या अंतर्गत राष्ट्रीय एड्स नियंत्रण समिती (NACO)ची स्थापना १९९२मध्ये होऊन राज्यात एड्स नियंत्रण संस्था निर्माण झाल्या. महाराष्ट्रात एड्स नियंत्रण संस्था, मुंबईत कार्यरत आहे. या कार्यक्रमासाठी जागतिक पातळीवर मदत कार्य सुरू आहे. युनिसेफचा यात मोठा सहभाग आहे.

महाराष्ट्रात याविषयी प्रतिबंधात्मक कार्य युवक-युवतींपर्यंत पोहोचविले जात आहे. यामध्ये एच.आय.व्ही. एड्सची जाणीव जागृती, जीवन कौशल्य यावर भर देण्यात आला आहे. युवक-युवतींना काही जीवनकौशल्ये निश्चित करून ती रुजविण्यास प्राधान्य देणे महत्त्वाचे आहे.

उत्तम आरोग्य हाच खरा दागिना आहे.

३ डिसेंबर : जागतिक अपंग दिन

शारीरिक किंवा मानसिक बिघाडामुळे सर्वसाधारण व्यक्तींप्रमाणे आपली दैनंदिन

कामे करणे ज्यांना शक्य नाही, अशा व्यक्तींना 'अपंग व्यक्ती' म्हणतात. मुख्यतः आनुवंशिक वारसा, अपघात किंवा रोग या तीन कारणांनी अपंगत्व निर्माण होऊ शकते. अपंगांमध्ये, आंधळे, मुके-बहिरे आणि हातापायाने लुळे असलेले किंवा हातपायच नसलेले पांगळे थोटे आणि मनाने दुर्बल असणाऱ्या व्यक्ती यांचा समावेश होतो.

हृदय, फुफ्फुस, डोळे इ. महत्त्वाच्या अवयवांच्या चिरकारी व्याधींमुळे अकार्यक्षम झालेले स्त्री-पुरुष व शैक्षणिकदृष्ट्या कमकुवत असणारी मुले यांचाही अपंग व्यक्तींत समावेश करण्यात येतो.

डॉ. हेन्री कीसलर यांच्या मतानुसार दुष्काळ, रोगराई, युद्ध इ. कारणांमुळे अपंगत्व प्राप्त झालेल्यांची संख्या जगाच्या एकूण लोकसंख्येच्या पंचवीस टक्के आहे. दुसऱ्या महायुद्धानंतर अपंगांच्या प्रश्नाला असाधारण महत्त्व प्राप्त झाले.

१९८२मध्ये संयुक्त राष्ट्रसंघाने अपंग व्यक्तींच्या कल्याणासाठी जागतिक स्तरावर कृती कार्यक्रम सुरू केला. अपंगांना समान संधी मिळावी, त्यांच्याविषयी आदर बाळगला. त्यांच्या हक्कांचे संरक्षण व्हावे यासाठी विविध स्तरांवर प्रयत्न केले जात आहेत. याच हेतूने सन २०१५पर्यंत समस्येवर सुवर्णमध्य गाठण्याचा प्रयत्न चालू होते. त्यासाठी १९९२ पासून ३ डिसेंबर हा दिवस संयुक्त राष्ट्रसंघातर्फे 'अपंग दिवस' म्हणून घोषित झालेला आहे. शारीरिक किंवा मानसिक त्रुटींद्वारे विकलांग बनलेल्या समाजातील घटकांच्या समस्या समजून घेता याव्यात म्हणून या दिवसाची योजना आहे.

अपंगांचे प्रश्न जाणून घेऊन त्यांच्या उद्धारासाठी हातभार लागावा तसेच समाजातील अन्य लोकांना प्रेरणा मिळावी म्हणून या दिवसाचे महत्त्व आहे.

संयुक्त राष्ट्रसंघातर्फे १९८३ ते १९९२ हे दशक अपंगांसाठी अर्पण करण्यात आले होते. त्याद्वारे जगभराच्या सरकारांना अपंगांच्या उद्धारासाठी मोहिमा राबवण्यात भाग पाडले होते. दशक अखेरीस ३ डिसेंबरची निवड झाली. १९९२मध्ये पहिला 'अपंग दिन' साजरा करण्यात आला होता.

जागतिक आरोग्य संघटनादेखील या कार्याला हातभार लावून अपंग बांधवाच्या जीवनाची गुणवत्ता वाढवण्यासाठी प्रयत्नशील आहे.

काही सामाजिक संस्थाही या वर्गाला न्याय देण्याचा प्रयत्न करीत आहेत. त्यापैकी गॉडस ग्रुपस ऑफ सिबेल या संस्थेच्या मुंबईमध्ये पाच शाखा कार्यरत आहेत. या शाखेमध्ये नाममात्र शुल्क आकारून अपंगांना व्यावसायिक प्रशिक्षण दिले जाते. अपंग विकलांग व्यक्तींच्या अंगभूत कौशल्याला वाव देऊन त्यांना त्यांच्या पायावर उभे केले जाते. स्वावलंबनाबरोबरच स्वाभिमानाने जगायला शिकवण्याचा संस्थेचे प्रामाणिक प्रयत्न सुरू आहेत.

१९५२मध्ये अमेरिकेत 'अंबिलिटिस इकॉर्पोरेटेड' नावाची अपंगांच्या पुनर्वसनासाठी एक संस्था काढली. भारतात १९५७मध्ये श्रीमती फातिमा इस्माईल यांनी मुंबईत एक संस्था स्थापून भारतातील अपंगांच्या पुनर्वसनाच्या समस्येस तोंड देण्याच्या प्रयत्नाला चालना दिली.

जन्मताच अपंग व जन्मानंतर झालेले अपंग, असे अपंगांचे दोन प्रकार आहेत.

अपंगत्वाचे प्रकार कोणतेही असो, शिक्षणाचे तंत्र व साधना कोणतीही असो, अपंगांचे शिक्षण हा एक स्वतंत्र शिक्षण संप्रदाय आहे. जेथे शक्य असेल तेथे वैद्यकीय उपचार, शिक्षण व पुनर्वसन यांच्याद्वारा अपंग अवयवांची अथवा इंद्रियांची शक्ती पुन्हा वाढीस लावली पाहिजे. ते शक्य नसेल, तर त्या शक्तीची जागा भरून काढण्यासाठी व्यवस्था केली पाहिजे. हे शिक्षण व्यक्तींच्या गरजेनुसार आणि मानसशास्त्रीय पद्धतीने दिले पाहिजे की, अपंग व्यक्तींच्या मनातील सर्व गंड व विकृती निघून जाव्यात. अपंग व्यक्तीला समाजात मानाने जगता आले पाहिजे. त्यासाठी शैक्षणिक व सामाजिक पातळीवर विविध उपक्रम घेऊन अपंगांना मानाचे स्थान प्राप्त करून देता येईल.

अपंगत्वावर मात करून नेत्रदीपक कामगिरी करणाऱ्यांना जागतिक अपंगदिनी दिल्ली येथे राष्ट्रपतींच्या हस्ते पुरस्कार दिला जातो. 'बेस्ट क्रिएटिव्ह चाइल्ड' या गटातून डोंबिवलीच्या सिद्धार्थ सावंत यांची निवड झाली आहे. जन्मापासून सिद्धार्थ अंध आहे. आपल्या अंधत्वावर मात करून त्याने स्वतःचे कर्तृत्व सिद्ध केले आहे. असे अनेक ज्ञात–अज्ञात अपंग बांधवांनी आपले कर्तृत्व सिद्ध करून मानाचे स्थान मिळवले आहे.

शारीरिक आणि मानसिक विकलांग व्यक्तींना 'दिव्यांग' म्हणावे, असा आदेश केंद्र सरकारने निर्गमित केला आहे. त्यामागे सरकारची भावना अशा व्यक्तींना सन्मान मिळावा अशी असली, तरी या व्यक्तींना पावलोपावली ज्या दिव्यातून जावे लागते, त्याची धग कमी करण्यासाठी समाजातील सर्वच घटकांची 'समज' आणि 'समजूत' वाढवण्यासाठी अतोनात प्रयत्न करावा लागणार आहे. या प्रयत्नांचाच एक भाग म्हणजे विशेष गरजा असणाऱ्या (दिव्यांग) विद्यार्थ्यांना इयत्ता पहिली ते इयत्ता १२वी पर्यंतच्या परीक्षेमध्ये सोयीसवलती देण्याबाबत महाराष्ट्र शासनाने अलीकडेच निर्गमित केलेला जीआर असे म्हणता येईल. या जीआरमुळे अंध, कर्णबधीर, अस्थिव्यंग असलेल्या, बहुविकलांग, आत्ममग्न, पाल्सी आणि मतिमंद विद्यार्थ्यांना चालू शैक्षणिक वर्षापासून काही सुविधा मिळणार आहेत.

'बालकांचा मोफत व सक्तीचा शिक्षण अधिकार अधिनियमन' २००९मध्ये अमलात आला. वय ६ ते १४ या गटातील प्रत्येक बालकास मोफत व सक्तीचे शिक्षणविषयक सुविधा देणे हा या अधिनियमनाचा हेतू आहे.

आज अपंगांना विशेष शाळेतून शिक्षण मिळते; पण विशेष शाळांची आजची स्थिती खूप चांगली आहे, असे नाही. समाजातील दानशूर व्यक्तींनी ही जबाबदारी घेतली, तर अपंगांना माणूस म्हणून जगण्याची संधी मिळण्यास विलंब लागणार नाही.

७ डिसेंबर : ध्वज दिन

हा दिवस भारतीय सीमांचे संरक्षण करणाऱ्या सशस्त्र सैनिकांची कृतज्ञता व्यक्त करण्याचा दिवस.

१९४७ला भारताला स्वातंत्र्य मिळाले. भारत स्वतंत्र झाल्यावर चीन, पाकिस्तानने आपल्या देशावर आक्रमण केले. ही आक्रमणेदेखील आपल्या सैनिकांनी प्राण पणाला लावून थोपविली व आपल्या देशप्रेमाची, शौर्याची ओळख जगाला दिली. त्यांचा पराक्रम व त्याग आपण कधीच विसरू शकत नाही. या पराक्रमाची नोंद स्वतंत्र भारताच्या इतिहासात सुवर्ण अक्षरांनी झाली आहे.

भारताचे निष्ठावंत देशप्रेमी सैनिक आपल्या देशाशी एकनिष्ठ राहण्याची प्रतिज्ञा घेतात. भूदल, हवाईदल आणि नौदल या तिन्ही दलांबद्दल सामान्य जनतेने आदर प्रकट करावा, कृतज्ञता प्रकट करावी म्हणूनच हा दिवस महत्त्वपूर्ण ठरतो.

युद्धात अनेक सैनिक शत्रूशी लढताना आपले प्राण गमवतात, अनेकांना आयुष्यभर अपंगत्व येते. त्या वेळी तो आप्तस्वकीय, घरदार सारं काही विसरलेला असतो. त्याच्यापुढे एकच ध्येय असते. ते म्हणजे आपल्या भारतभूमीचे संरक्षण करणे. त्यांच्या त्यागाची व शौर्याची आठवण होण्याकरिता ७ डिसेंबरला ध्वज दिन पाळण्यात येतो.

भारताला स्वातंत्र्य मिळाल्यानंतर भारत सरकारने संरक्षण क्षेत्रात काम करणाऱ्या कर्मचाऱ्यांच्या हितासाठी संरक्षणमंत्र्यांनी एक निर्णय घेतला. २८ ऑगस्ट १९४९ रोजी एक समिती स्थापन करण्यात आली. या समितीच्या नावे स्थापन ध्वजांकित कराअंतर्गत ७ डिसेंबरला दरवर्षी ध्वजदिवस साजरा करून फंड व देणग्या गोळा करून देशासाठी बदलणाऱ्या सशस्त्र सेना कर्मचाऱ्यांच्या कुटुंबांसाठी व मदतीसाठी वापरण्याचा निर्णय घेतला.

त्याचा मुख्य हेतू म्हणजे सेवा कर्मचारी आणि त्यांच्या कुटुंबांच्या कल्याणाकरिता, लढाई व मृतांची संख्या पुनर्वसन करणे इत्यादी महत्त्वाचे हेतू समाविष्ट आहेत.

देशाबद्दल आपणा सर्वांना आदर आहे. त्याचबरोबर सीमेवर अहोरात्र लढणाऱ्या सैनिकांबद्दलही आदर बाळगणे आपल्या सर्वांचे कर्तव्य आहे.

७ डिसेंबर : जागतिक विमान वाहतूक दिवस

'विमान' हे आजच्या जगातील एक महत्त्वाचे जलद दळणवळणाचे साधन बनले आहे. प्रवासी, माल, युद्धसाहित्य इत्यादींची वाहतूक करण्यासाठी विमानाचा परिणामकारक वापर करता येतो. विमान आकाशात उडण्यासाठी तसेच आकाशातून जमिनीवर उतरण्यासाठी विमानतळाचा वापर होतो. १९९६च्या संयुक्त राष्ट्रांच्या झालेल्या बैठकीतील ठरावानुसार ७ डिसेंबर हा दिवस 'जागतिक नागरिक विमान वाहतूक दिवस' म्हणून साजरा केला जातो. नागरी विमानांचा उद्देश प्रवासी व वस्तूंची एका ठिकाणाहून दुसऱ्या ठिकाणी वाहतूक करून नफा मिळवणे, हाच असतो.

नोव्हेंबर १९०९मध्ये स्थापन झालेली 'डेलाग' ही फायदेतत्त्वावर हवाई वाहतूक करणारी जगातील सर्वांत पहिली कंपनी होती. १९१९ पासून सतत सेवेत असणारी 'के. एल. एम.' ही जगातील सर्वांत जुनी कंपनी आहे. आजच्या घडीला अनेक देशांमध्ये विमान कंपन्यांवर पूर्णपणे त्या देशातील सरकारचे नियंत्रण असून, खाजगी कंपन्यांना परवानगी नाही. भारतासह बव्हंशी देशांमध्ये नागरी उड्डाण खुले असून, अनेक कंपन्या विमान वाहतूक चालवू शकतात. आय. ए. टी. ए. व आय. सी. ए. ओ. ह्या दोन आंतरराष्ट्रीय संस्था जगातील हवाई वाहतूक नियंत्रित करतात. 'एअरबस' व 'बोइंग' ह्या विमान उत्पादन करणाऱ्या जगातील प्रमुख कंपन्या आहेत. प्रत्येक कंपनीचे प्रवासी संख्या मोजण्याचे गणित वेगळे आहे.

आकाशयानाच्या साहाय्याने व्यापारीदृष्ट्या हवाई दळणवळणास प्रथम जर्मनीमध्ये १९१०मध्ये सुरुवात झाली.

एअर इंडिया ही भारत देशाची राष्ट्रीय विमान वाहतूक कंपनी आहे. इंडिगो व जेट एअरवेज खालोखाल एअर इंडिया ही भारतातील तिसऱ्या क्रमांकाची मोठी विमान कंपनी असून, ती भारतभर व जगातील प्रमुख शहरांमध्ये प्रवासी व मालवाहतूक विमानसेवा चालवते. प्रसिद्ध भारतीय उद्योगपती जे. आर. डी. टाटा ह्यांनी १९३२ साली 'टाटा सन्स' नावाची कंपनी स्थापन केली. एप्रिल १९३२मध्ये टाटांना ब्रिटिश सरकारने हवाईमार्गाने टपाल वाहतूक करण्याचे कंत्राट दिले. १५ ऑक्टोबर १९३२ रोजी 'टाटा सन्स' नावाची कंपनी स्थापन केली.

एप्रिल १९३२मध्ये टाटांना ब्रिटिश सरकारने हवाईमार्गाने टपाल वाहतूक करण्याचे कंत्राट दिले. १५ ऑक्टोबर १९३२ रोजी टाटांनी एक टपालविमान कराचीहून अहमदाबादमार्गे मुंबईच्या जुहू विमानतळावर स्वत: चालवत आणले. टाटा एअरलाइन्सकडे सुरुवातीला केवळ दोन विमाने व एक वैमानिक होता. सुरुवातीच्या काळात कराची ते मद्रासदरम्यान टपालसेवा पुरवली जात असे.

१० डिसेंबर : मानवी हक्क दिन

प्रत्येक मनुष्याला काही अधिकार असतात, हे आंतरराष्ट्रीय पातळीवर मान्य झाले आहे. या अधिकारांना 'मानव अधिकार' म्हणतात.

भारताच्या संविधानसभेचे कामकाज चालू असताना संयुक्त राष्ट्रांचा 'मानवी हक्क जाहीरनामा' प्रसिद्ध झाला. मानवी हक्क हे स्वातंत्र्याचे प्रतीक आहे. माणसाला माणूस म्हणून जगण्यासाठी, स्वतःची प्रगती साधण्यासाठी हक्कांची गरज असते. पहिल्या व दुसऱ्या महायुद्धांमध्ये मानवी जिवांची आणि हक्कांची खूप हानी झाली, तशी परिस्थिती भविष्यात उद्‌भवू नये, या हेतूने संयुक्त राष्ट्रांच्या आमसभेने १० डिसेंबर १९४८मध्ये मानव अधिकारांचा वैश्विक जाहीरनामा स्वीकारला आणि त्यानंतर या जाहीरनाम्यावर स्वाक्षरी केलेल्या प्रत्येक सदस्य देशाला आपल्या नागरिकांना व जनतेला या जाहीरनाम्याप्रमाणे हक्क देणे व नागरिकांच्या हक्कांचे संरक्षण करणे बंधनकारक झाले, त्यामुळे १० डिसेंबर हा दिवस 'आंतरराष्ट्रीय मानवी हक्क दिन' म्हणून पाळला जातो.

मानवी हक्कांच्या वैश्विक जाहीरनाम्यानंतर मानवी हक्कांच्या चळवळी उभ्या राहिल्या. १९५०च्या दरम्यान काही देश पारतंत्र्यातून मुक्त झाले. त्यांनी आपल्या देशाच्या संविधानात मानवी हक्कांना मूलभूत स्थान दिले. स्वातंत्र्य, समता, व्यक्तिस्वातंत्र्य इत्यादी मूल्यांना महत्त्व प्राप्त झाले. मागासलेल्या घटकांमध्ये हक्कांची जाणीव निर्माण करण्याचे प्रयत्न सुरू झाले. व्यक्तीला जन्मतःच मिळणारे अधिकार म्हणून मानवी हक्कांची ओळख आहे.

जगातल्या प्रत्येक व्यक्तीला जात, धर्म, वर्ण, लिंग, संस्कृती, त्यांचे मतप्रवाह, राष्ट्रीयत्व यांच्या पलीकडे जाऊन असणाऱ्या हक्कांचे जागतिक स्वरूप मानवी हक्क संकल्पनेत समाविष्ट आहे. स्वातंत्र्यपूर्व काळात छत्रपती शाहूमहाराज यांनी समाजात मागासलेल्या घटकांना, स्त्रियांना देशाच्या मुख्य प्रवाहात आणण्यासाठी प्रयत्न केले.

स्वातंत्र्यानंतर देशाच्या भारतीय घटनाकारांनी देशाच्या संविधानात मूलभूत हक्कांना विशेष महत्त्व दिले आहे.

१९६६मध्ये संयुक्त राष्ट्रांच्या आमसभेने आर्थिक व सामाजिक व सांस्कृतिक अधिकारांची आंतरराष्ट्रीय सनद स्वीकारली. आंतरराष्ट्रीय मानदंडाप्रमाणे भारतात १९९३मध्ये 'राष्ट्रीय मानवी हक्क' व 'राज्य मानवी हक्क' आयोगाची स्थापना करण्यात आली आहे.

राष्ट्रीय मानवाधिकार आयोगास या कायद्याची परिणामकारक अंमलबजावणी करण्यासाठी विशेष अधिकार देण्यात आले आहेत. संयुक्त राष्ट्र परिषदेने स्वीकृत केलेल्या नागरी, राजकीय, सामाजिक, आर्थिक व सांस्कृतिक अधिकारांच्या आंतरराष्ट्रीय

जाहीरनाम्यांमध्ये व इतरही आंतरराष्ट्रीय जाहीरनाम्यातील भारतीय केंद्र सरकारने मान्य केलेले सर्व अधिकार, ज्यांना भारतीय घटनेत व विविध कायद्यांत मान्यता दिली गेली आहे आणि ज्यांची अंमलबजावणी भारतीय न्यायालय करू शकतात, असे सर्व अधिकार म्हणजे मानवी हक्क होत.

राष्ट्रीय मानवी हक्क आयोगाच्या अध्यक्षपदी सर्वोच्च न्यायालयाच्या निवृत्त न्यायाधीशाची नियुक्ती केली जाते. संयुक्त राष्ट्रांच्या सर्व सदस्य राष्ट्रांनी आपल्या देशातील लोकांना हे हक्क देणे अपेक्षित आहे.

१) प्रत्येक व्यक्तीला तिचे लिंग, धर्म, वर्ण, कोणतेही असले, तरी मानवी हक्क उपभोगण्याचा अधिकार आहे.
२) प्रत्येक व्यक्तीला संचार स्वातंत्र्य आहे.
३) व्यक्तीला आपल्या देशात जर असुरक्षित वाटत असेल, तर जगात कोठेही वास्तव्य करण्याचा अधिकार आहे.
४) प्रत्येक व्यक्तीला अवैध अटकेपासून स्वातंत्र्य आहे.
५) प्रत्येक व्यक्तीला मालमत्ता बाळगण्याचा अधिकार आहे.
६) प्रत्येक व्यक्तीला विचारांचे स्वातंत्र्य आहे.
७) प्रत्येक व्यक्तीला संघटना स्वातंत्र्य आहे.
८) प्रत्येक व्यक्तीला मत देण्याचे स्वातंत्र्य आहे.
९) काम करण्याचा व विश्रांतीचा हक्क सर्व स्त्री-पुरुषांना आहे.
१०) प्राथमिक शिक्षणाचा, कला व साहित्याचा आस्वाद घेण्याचा हक्क आहे.
११) प्रत्येकाला व्यवसाय स्वातंत्र्य आहे.
१२) प्रत्येक व्यक्तीला आपले खासगी जीवन, पत व प्रतिष्ठा अबाधित ठेवण्याचा अधिकार आहे.

मानवी हक्कांची जोपासना करण्यासाठी व या हक्कांवरील अतिक्रमणे दूर करण्यासाठी संस्था व चळवळी निर्माण झाल्या, तर मानवी हक्कांचे रक्षण अधिक परिणामकारक रीतीने होईल. या संदर्भात काही स्वयंसेवी संस्था आंतरराष्ट्रीय पातळीवर कार्यरत आहेत. त्यांपैकी ॲम्नेस्टी इंटरनॅशनल, ह्यूमन राईट्स वॉच इत्यादी संघटना कार्यरत आहेत.

१८ डिसेंबर : अल्पसंख्याक हक्क दिन

संयुक्त राष्ट्रांनी १८ डिसेंबर १९९२ रोजी राष्ट्रीय वांशिक, धार्मिक आणि भाषिक अल्पसंख्याकांच्या हक्काचा जाहीरनामा स्वीकृत करून प्रस्तुत करण्यात आला, त्यानुसार

जगभर १८ डिसेंबर हा दिवस 'अल्पसंख्याक हक्क दिन' म्हणून साजरा केला जातो. अल्पसंख्याकांच्या समस्या व त्यावर निश्चित मार्ग काढून त्यांना विकासाच्या नकाशावर आणण्यासाठी 'अल्पसंख्याक हक्क दिन' हे एक त्यांच्या दृष्टीने महत्त्वाचे माध्यम आहे. हे माध्यम अधिक प्रबळ करण्यासाठी 'अल्पसंख्याक हक्क दिन' साजरा केला जातो.

महाराष्ट्र शासनाने राज्यातील अल्पसंख्याकांच्या हिताचे संरक्षण करण्यासाठी तसेच भारतीय संविधानाद्वारे अल्पसंख्याकांच्या हिताचे संरक्षण करण्यात आलेल्या उपाययोजनांची अंमलबजावणी करण्यासाठी १७ फेब्रुवारी १९९२ला 'अल्पसंख्याक आयोगा'ची प्रथम स्थापना करण्यात आली. केंद्र शासनाने स्थापन केलेल्या राष्ट्रीय अल्पसंख्याक आयोगाच्या धर्तीवर महाराष्ट्र राज्य अल्पसंख्याक आयोगास महाराष्ट्र राज्य अल्पसंख्याक आयोग अधिनियम २००४ अन्वये वैधानिक दर्जा प्रदान केला असून, सामान्य प्रशासन विभाग, अधिसूचना ८ ऑगस्ट २००५ अन्वये आयोगाचे गठण केले आहे. न्याय, समता व हक्काचे संरक्षण याद्वारे अल्पसंख्याक समुदायास सक्षम व बळकट करणे, हा ह्या आयोगाचा दृष्टिकोन असून, सर्वसमावेशक विकासाद्वारे अल्पसंख्याक समुदायांच्या आर्थिक व सामाजिक परिस्थितीत सुधारणा करणे आणि शिक्षण, रोजगार, आर्थिक बाबी यांमध्ये समान संधी देण्याकरिता सुविधा पुरवून राज्यामध्ये त्यांची उन्नती करणे, हे ध्येय आहे.

राज्य अल्पसंख्याक आयोगाच्या रचनेत एक अध्यक्ष व उपाध्यक्ष आणि नऊ सभासदांचा समावेश आहे.

महाराष्ट्र राज्य अल्पसंख्याक आयोगामार्फत राज्यातील अल्पसंख्याकांकरिता राबवण्यात येणाऱ्या विविध योजना –

- उमेदवारांसाठी शासकीय सेवा भरती पूर्व परीक्षा प्रशिक्षण वर्ग.
- पोलीस भरती पूर्व परीक्षा प्रशिक्षण.
- प्रशासकीय सेवेतील परीक्षेसंदर्भात मार्गदर्शन वर्ग.
- मराठी भाषा फाउंडेशन वर्ग – अल्पसंख्याक शाळांमधील इयत्ता ८ वी ते १० वीच्या विद्यार्थ्यांना मराठी भाषेवर प्रभुत्व प्राप्त व्हावे याकरिता सदर वर्ग राबवण्यात येतात.

अल्पसंख्याक कल्याणासाठी यांनी १५ कलमी कार्यक्रमाअंतर्गत अल्पसंख्याक समाजातील इयत्ता १ ली ते १०वीच्या विद्यार्थ्यांसाठी 'शालांतपूर्व शिष्यवृत्ती योजना' केंद्रशासनाने लागू केली आहे. शासन निर्णय २३ जुलै २००८ नुसार इयत्ता १ ली ते १० वी पर्यंतच्या अल्पसंख्याक समाजातील विद्यार्थ्यांसाठी सन २००८–२००९ पासून ही

योजना सुरू करण्यात आलेली आहे. अल्पसंख्याकांमध्ये शासनाने मुस्लीम, ख्रिश्चन, शीख, जैन, बौद्ध व पारशी या धर्मांचा समावेश केलेला आहे.

अल्पसंख्याक समाजातील आर्थिक दुर्बल घटकातील युवक-युवतींना स्वयंरोजगारासाठी आर्थिक साहाय्य करण्याच्या दृष्टीने मौलाना आझाद अल्पसंख्याक आर्थिक विकास महामंडळाची स्थापना करण्यात आली असून, ह्या योजनेअंतर्गत ५००० ते ५०,००० पर्यंत अर्थसाहाय्य करण्यात येते. मौलाना आझाद अल्पसंख्याक आर्थिक विकास महामंडळाच्या या योजनेचे कामकाज, जिल्हा-जिल्हा रोजगार व स्वयंरोजगार मार्गदर्शन केंद्र या अंतर्गत असते.

१९ डिसेंबर : 'गोवा मुक्ती' दिवस

१९ डिसेंबर १९६१ रोजी भारतीय सेनेने गोवा, दीव व दमण हा पोर्तुगीज अमलाखाली असलेला हिंदुस्थानातील उर्वरित प्रदेश मुक्त केला.

या प्रदेशाची नावे वेगवेगळ्या कालखंडात बदलत गेलेली दिसतात. पुरातन काळी या प्रदेशात गोधनाची विपुलता होती. म्हणून त्याला 'गोमन्तक' म्हटले जात असावे. पंधराव्या शतकाच्या सुमारास विजयनगरच्या सम्राटांची गोव्यावर सत्ता होती. पण पुढे गोव्यावरच्या अंमलसाठी विजयनगर व बहामनी सुलतान यांच्यात संघर्ष सुरू झाला. १४६९च्या आसपास बहामनी राज्याचा मुख्य प्रधान महमूद गावान यांनी गोव्यावर स्वारी करून विजयनगरची सत्ता नष्ट केली.

पंधराव्या शतकाच्या अखेरीस बहामनी राज्यातून फुटून विजापूर इथे स्वतंत्र राज्य स्थापणाऱ्या युसूफ आदिलशहाने गोवा आपल्या राज्याला जोडला.

१६ फेब्रुवारी १५१०च्या कालखंडात हिंदी महासागरातल्या व्यापारातून मुसलमानांना हुसकावून लावण्याच्या धोरणानुसार निघालेल्या अफांसो द अल्बुकर्क या पोर्तुगीज सरदाराने गोवा हस्तगत केला. ते अगदी गोवा मुक्तिसंग्रामापर्यंत गोवा पोर्तुगिजांच्या ताब्यात होता. सतराव्या शतकाच्या उत्तरार्धात गोवन इतिहासात नवा टप्पा आला, तो छत्रपती शिवाजी महाराजांनी कोकणपट्टीत नवे किल्ले बांधून व आरमार वाढवून गोवेकर फिरंग्यांना चांगलाच धडा शिकवला होता. त्यामुळे ते महाराजांशी सलोख्याने राहात असत. पुढे संभाजी महाराजांनी पोर्तुगिजांवर हल्ला केला, तेव्हा पोर्तुगाल राजवटीची पुरती धुळधाण उडाली.

गोवा शेकडो वर्षं पोर्तुगिजांच्या आधिपत्याखाली होता. गोवा मुक्तीसाठी शेकडो

देशभक्तांनी आपले प्राण प्रणाला लावून १९ डिसेंबर १९६१ रोजी गोवा पोर्तुगिजांच्या तावडीतून मुक्त केला आणि पोर्तुगिजांचे भारतातील ४५० वर्षांचे राज्य संपवले, त्यामुळे ह्या दिवसाला एक विशिष्ट महत्त्व प्राप्त झाले आहे आणि स्वतंत्र्य गोव्याचे पहिले नायब राज्यपाल लेफ्टनंट जनरल श्री. के. पी. कँडेथ यांनी स्वीकारले. तर स्वतंत्र्य गोव्याचे पहिले मुख्यमंत्री श्री. दयानंद भंडारकर हे होते.

ज्याप्रमाणे इंग्रज, डच भारतात आले त्याप्रमाणे पोर्तुगीजही आले. त्यांपैकी वास्को-द-गामा, अफांसो द अल्बुकर्क यांसारख्या कुशल नेत्यांनी भारताच्या किनाऱ्यावर पाऊल ठेवून गोव्यावर आपली सत्ता भक्कम केली.

गोवा हे पश्चिम किनारपट्टीवरील निसर्गसुंदर व व्यापारीदृष्ट्या अत्यंत महत्त्वपूर्ण बंदर होत. त्याचा विस्तार १,३०१ चौरसमैल असून, लोकसंख्या तीन लाखांच्या जवळपास होती. पोर्तुगिजांच्या ताब्यातील भारतीय प्रांत गोवा भारतीयांच्या स्वाधीन करण्यास त्यांनी नकार दिला. 'गोवा आम्ही कधीही भारताच्या स्वाधीन करणार नाही' अशी भूमिका पोर्तुगालाची होती. यामुळे भारतीयांनी हा प्रश्न गांभीर्याने घेतला. १९५४ पासून गोवा मुक्ती आंदोलनास गती देण्याचे काम डॉ. टी. बी. कुन्हा यांनी केले. १९२८मध्ये मुंबई येथे 'गोवा काँग्रेस कमिटी' स्थापन झाली. १९४८मध्ये डॉ. राम मनोहर लोहिया यांच्या नेतृत्वाखाली सविनय कायदेभंगांचे आंदोलन झाले. भारताला स्वातंत्र्य मिळाल्यावर गोवा आंदोलनास अधिक गती मिळाली. १८ डिसेंबर १९६१ रोजी भारताने लष्करी कारवाई केली आणि गोवा भारतीय संघराज्यात सामील झाले आणि १६ जानेवारी १९६७ रोजी यासंदर्भात घेतलेल्या सार्वमतानुसार गोवा केंद्रशासित राज्य असावे, असे ठरले आणि ३० मे १९८७ला गोव्याला पूर्ण राज्याचा दर्जा मिळाला. अशा प्रकारे गोवा भारतीय गणराज्याचे २५ वे राज्य बनला.

२२ डिसेंबर : जागतिक गणित दिवस

(रामानुजन जन्मदिवस)

गणिताचे आपल्या जीवनात अनन्यसाधारण स्थान आहे. जगातल्या प्रत्येक शास्त्राला गणिताची गरज असते. विविध शास्त्रांतले अनेक प्रश्न गणिताच्या आधारेच सुटत असतात; परंतु, गणिताचे अध्ययन, अध्यापन आणि संशोधन कमी झाले की, देशाचे प्रत्येक शास्त्रातले पाऊल मागे पडायला लागते.

गणित विषयाची भीती नष्ट व्हावी व गणिताविषयी आवड निर्माण करण्यासाठी २२ डिसेंबर अर्थात जागतिक ख्यातीचे गणितज्ज्ञ श्रीनिवास रामानुजन यांचा जन्म दिवस हा गणित दिवस म्हणून साजरा केला जातो.

श्रीनिवास रामानुजन हे अलौकिक गणिती होते. रामानुजन यांच्या ध्यानी-मनी-स्वप्नी सतत गणितच असे. झोपेतही बहुधा त्यांचा मेंदू गणिताचाच विचार करत असे आणि म्हणूनच की काय कोण जाणे; पण अनेकदा रामानुजन झोपेतून जागे होताच अतिशय अवघड अशी गणिती सूत्रे लिहून काढत.

या महान गणिततज्ज्ञांनाचा जन्म २२ डिसेंबर १८८७ रोजी मद्रास प्रांतात तंजावरजवळ एशेड येथे झाला. जगात ज्या थोड्या संस्कृतीमध्ये फार पुरातन काळी गणिताचा उदय झाला त्या संस्कृतींमध्ये भारताचा आवर्जून समावेश केला जात असतो. पाश्चात्त्य इतिहासकारांनी भारताचे गणितातील योगदान मान्य केलेले आहे. साऱ्या जगाच्या गणिताला आकार देणाऱ्या दोन गोष्टी भारतीय गणिततज्ज्ञांनी सुमारे तीन हजार वर्षांपूर्वी शोधून काढलेल्या आहेत.

कोणत्याही देशातले गणित १ ते १० आकड्यांवर आधारलेले आहे. या आकड्यांचे उच्चार भिन्न भिन्न असतील; परंतु, १ ते १० हे आकडे जगातल्या सर्व देशांमध्ये वापरले जातात. याशिवाय गणितच पूर्ण होऊ शकत नाही. हे १ ते ९ आकडे आणि ० ही कल्पना भारतीयांनी शोधून काढली आहे. त्याशिवाय इ.स.६००च्या सुमारास भारतीयांनी १ ते ९ आकड्यांची कल्पना परिपूर्णरीत्या मांडली. ज्या शून्यांवर गणित आधारलेले आहे. त्या शून्याचा शोध भारतीयांनी लावला आहे.

वेदकाळामध्ये कितीही मोठ्या आकड्यांच्या बेरजा, वजाबाक्या, गुणाकार आणि भागाकार तोंडी करण्याच्या पद्धती वेदकाळात रूढ होत्या. त्याची काही सोपी सूत्रे भारतीयांनी विकसित केली होती. वैदिक गणित नावाचा ग्रंथ भारती कृष्णतीर्थ यांनी सिद्ध केला आहे. १८८४मध्ये जन्मलेले भारती कृष्णतीर्थ हे १९६०मध्ये निधन पावले; पण त्यांनी १९११ ते १९१८ अशी आठ वर्षे सतत संशोधन करून भारतीय गणिताचा हा पुरातन ठेवा शोधून काढला आहे.

भारतामध्ये इसवी सनानंतरच्या वर्षात कितीतरी थोर गणिततज्ज्ञ होऊन गेलेले आहेत.

इसवी सनाच्या तिसऱ्या शतकामध्ये भारतीयांचे गणित ग्रीसमध्ये आणि अरबस्तानात गेले आणि तिथून ते युरोपात पोहोचले. इसवी सनाच्या सहाव्या शतकापासून तेराव्या शतकापर्यंत भारतामध्ये थोर गणिततज्ज्ञांची परंपरा निर्माण झाली. त्यामध्ये सहाव्या शतकातील आर्यभट्ट (पहिला) हा अग्रगण्य होता. भारताने

अवकाशात सोडलेल्या पहिल्या उपग्रहाला त्यामुळेच त्याचे नाव देण्यात आलेले आहे. त्याच्यानंतर ब्रह्मगुप्त (आठवे शतक), भास्कर (दहावे शतक), आर्यभट्ट दुसरा (अकरावे शतक), आणि भास्कराचार्य किंवा भास्कर दुसरा (तेरावे शतक) यांचा समावेश होतो. यानंतरच्या काळामध्ये भारत देशाला राजकीय अस्थिरतेने ग्रासले, त्यामुळे भारतातल्या सर्व विद्या आणि कला यांची गती थांबली. मात्र, १९ व्या शतकामध्ये श्रीनिवास रामानुजन यांच्या रूपाने पुन्हा प्रकाशझोतात आली. अवघे ३३ वर्षांचे आयुष्य लाभलेले रामानुजन हे अतिशय गरीब होते आणि गणितामध्ये त्यांची बुद्धी विलक्षण चपळतेने चालत होती.

रामानुजन जेव्हा प्राध्यापक हार्डींना भेटण्यास लंडनला गेले, तेव्हा त्यांनी जी टॅक्सी केली होती, तिचा क्रमांक होता १७२९. या संख्येला पाहिल्यावर या हाडाच्या गणितीला आनंद झाला. त्याचे कारण त्यांनी सांगितले ते म्हणजे, ही संख्या दोन संख्यांच्या घनाची बेरीज म्हणून वेगवेगळ्या प्रकारे लिहिता येते. १७२९ या संख्येला तेराने भाग जातो, हे प्रा. हार्डींच्या लक्षात आणून दिले. तेरा संख्या ऐकून प्रा. हार्डींना बरे वाटेना. कारण इंग्रज लोक 'तेरा' हा आकडा अशुभ मानतात. त्यांनी ही गोष्ट रामानुजनला सांगितली आणि त्यावर त्यांचे मत विचारले. रामानुजन यांनी तत्काळ उत्तर दिले की, माझ्या मताप्रमाणे १७२९ या संख्येइतकी शुभसंख्या दुसरी कोणतीच नाही. कारण दोन घनांच्या बेरजेने दोन प्रकारांनी होणारी सर्वांत लहान संख्या आहे ती.

अ. $१७२९ = १००० + ७२९ = १०^३ + ९^३$

ब. $१७२९ = १ + १७२८ = १^३ + १२^३$

रामानुजन यांचे उत्तर ऐकून प्रा. हार्डी साहेबांना आपल्या शिष्याच्या तैलबुद्धीचे खूपच कौतुक वाटले. पुढे अशा संख्यांना रामानुजन हार्डी संख्या असे नाव पडले.

रामानुजनने गणितावरच्या अनेक मूलभूत कल्पनांवर अनेक संशोधनपर प्रबंध प्रसिद्ध केले. आजच्या जगामध्ये मॉड्यूलर फॉर्मस्‌ची थिअरी निर्माण करण्यामागे त्यांचे संशोधन आहे.

याशिवाय आणखी दोन भारतीय गणिततज्ज्ञ जगामध्ये नावाजले गेले आहेत. त्यातले एक आहेत हरिश्चंद्र. अमेरिकेतील न्यू जर्सी येथील 'इन्स्टिट्यूट ऑफ ॲडव्हान्स स्टडी इन प्रिन्स्टन' या संस्थेत त्यांनी संशोधन केले आहे.

प्रोफेसर मंजुळ भार्गव हेही एक दिग्गज भारतीय गणिती आहेत. त्यांनीही गणिताच्या संशोधनात मोलाचा वाटा उचललेला आहे. तेही हरिश्चंद्र यांच्या संस्थेत काम करतात.

२४ डिसेंबर : राष्ट्रीय ग्राहक दिन

ग्राहक म्हणजे अशी व्यक्ती जी विशिष्ट मोबदल्यात एखादी वस्तू किंवा सेवा खरेदी करते किंवा मूळ मालकाच्या परवानगीने त्या वस्तू व सेवेचा वापर करीत असते. समाजातील प्रत्येक व्यक्ती ही एका अर्थाने ग्राहकच असते. मग त्याच्याआड त्या व्यक्तीचा व्यवसाय, त्याचे वय, लिंग, विचारधारा काही येत नाही. ग्राहक बाजारपेठेतील आर्थिक उलाढाल आणि खरेदी-विक्री यांचा केंद्रबिंदू आहे. ग्राहकांच्या समाधानावरच संबंधित क्षेत्राचे यश अवलंबून असल्यामुळे, कोणत्याही क्षेत्रात ग्राहकांच्या हिताला प्राधान्य द्यावे लागते. भारतात २४ डिसेंबर हा 'राष्ट्रीय ग्राहक दिन' म्हणून पाळला जातो. ग्राहकांच्या हिताचे रक्षण करण्यासाठी आणि त्यांना नुकसानभरपाई मिळवून देण्यासाठी ग्राहक संरक्षण कायदा १९८६ पासून अस्तित्वात असून, या कायद्याचे उल्लंघन करणाऱ्यावर कायदेशीर कारवाईची तरतूद आहे. यामध्ये खासगी, सरकारी आणि सहकारी संस्थांचाही समावेश करण्यात आला आहे.

आज सर्वसामान्य ग्राहकांनाही खरेदीचे सजग निर्णय घेण्यासाठी काही किमान कौशल्याच्या शिक्षणाची गरज आहे. त्याचे प्रमुख कारण म्हणजे सर्व प्रकारच्या खरेदीमध्ये उपलब्ध असणारा मुबलक 'चॉइस'. ग्राहकास निवड करण्यासाठी इतके अगणित पर्याय उपलब्ध आहेत की, गोंधळायला व्हावे. यामध्ये विविधता आणि जाहिरातीमधले दावे इतके की, सामान्य ग्राहकाला भोवंडून जायला होते. अशा बाजारात पाय घट्ट रोवून आणि विचारांना शिक्षणाचे बळ देऊन जे ग्राहक खरेदीचे निर्णय घेतील, तेच कुटुंबाच्या आरोग्याचे रक्षण करू शकतील.

कोणत्याही उपक्रमाचा केंद्रबिंदू ग्राहक असतो, असे अमेरिकेचे माजी अध्यक्ष जे. एफ. केनेडी यांनी म्हटले आहे. ग्राहकांचे मूलभूत हक्क पुढीलप्रमाणे सांगितले आहेत,

१) मूलभूत गरजा भागवल्या जाण्याचा हक्क
२) माहितीचा हक्क
३) निवड करण्याचा हक्क
४) सुरक्षिततेचा हक्क
५) मत मांडण्याचा हक्क
६) तक्रार निवारण्याचा हक्क
७) ग्राहक शिक्षणाचा हक्क
८) स्वच्छ व आरोग्यदायी पर्यावरणाचा हक्क.

या आठ मूलभूत हक्कांखेरीज ग्राहक हित रक्षणासाठी केंद्र व राज्य पातळीवर अनेक कायदे केले आहेत. ग्राहक हित जपणारी ग्राहक पंचायत नावाची सार्वजनिक संस्था आहे. ही संस्था ग्राहकांना तक्रार निवारण्यासाठी हक्कांसाठी आणि न्याय मिळवून देण्यासाठी मदत करते. या मार्गदर्शनासाठी कोणतेही शुल्क किंवा देणगी ग्राहक पंचायतमध्ये घेतली जात नाही.

केंद्रीय ग्राहक संरक्षण परिषद तर ग्राहकांच्या तक्रारीचे निवारण करण्यासाठी केंद्रीयस्तरावर 'राष्ट्रीय ग्राहक तक्रार निवारण आयोग' आणि राज्यस्तरावर 'जिल्हा ग्राहक तक्रार निवारण मंच' स्थापन करण्यात आले आहेत.

ग्राहकांवर होणाऱ्या अन्यायाला वाचा फोडणे त्याला त्याच्या हक्कांची जाणीव करून देणे, त्याचे शोषण थांबवणे, ग्राहकाला त्याची गाऱ्हाणी मांडण्यासाठी ग्राहक संरक्षण मंचाची जिल्हावार रचना करणे, ग्राहकांकडून येणाऱ्या तक्रारींचा निपटारा करण्याचे काम मुख्यत्वे या मंचांकडून होत असते. एखाद्या ग्राहकाला जिल्हा मंचाकडून दिलेला निर्णय मान्य नसेल, तर राज्य आयोगाकडे दाद मागू शकतो. राज्य आयोगानेही योग्य न्याय दिला नाही, तर तो केंद्रशासनाच्या आयोगाकडे दाद मागतो. यामध्ये सर्वसामान्यांना परवडेल, अशी ग्राहक मंचांसाठी फी ठेवलेली असते. ९० दिवसांच्या आत ग्राहकांच्या तक्रारीचे या मंचांनी निवारण करावे, अशा सूचना देण्यात आल्या आहेत.

ग्राहकांना वेगवेगळ्या प्रकारचे आमिष दाखवून, जाहिरातींद्वारे आपला कमी किमतीचा माल ग्राहकांच्या माथी मारला जातो. ग्राहकांनी कोणत्याही वस्तूंची खरेदी करताना ती सावधतेने करावी. बाजारपेठेत विक्रेत्यांनी जागोजागी निरनिराळ्या योजनाचे जाळे पसरलेले असते. या जाळ्यात न सापडणे, ही जागरूक ग्राहकाची कसोटी आहे.

।। जागो ग्राहक जागो ।।

राष्ट्रसंघाने घोषित केलेली वर्षे

सन २०१५-१६ हे वर्ष समता व सामाजिक न्याय वर्ष म्हणून घोषित...

भारतरत्न डॉ. बाबासाहेब आंबेडकर यांच्या १२५ व्या जयंतीचे औचित्य साधून सन २०१५-१६ हे वर्ष समता व सामाजिक न्याय वर्ष म्हणून घोषित केले आहे.

भारतरत्न डॉ. बाबासाहेब आंबेडकर यांच्या महान जीवन चरित्राची ओळख व त्यांचे देशासाठी असलेले योगदान याची माहिती समाजाला व शालेय विद्यार्थ्यांना व्हावी, या हेतूने सन २०१५-१६ हे वर्ष 'समता व सामाजिक न्याय वर्ष' म्हणून साजरे करण्याचा निर्णय शासनाने घेतलेला आहे.

एका प्रकांड पंडिताचा हा जन्मदिवस 'समता व सामाजिक न्याय वर्ष' म्हणून साजरे होत आहे, याचा सार्थ अभिमान आम्हा भारतीयांना आहे.

डॉ. बाबासाहेब आंबेडकर या देशाचे मानबिंदू आहेत. घटना त्यांनी लिहिली, एका व्यक्तीला एक मत त्यांनी दिले. धर्म आणि जातीच्या विळख्याविरुद्ध, सगळ्या लाटांच्या विरुद्ध पोहत या बलदंड ज्ञानपुरुषाने देशातल्या कोट्यवधी जनतेला नवा रस्ता दाखवला.

डॉ. बाबासाहेब आंबेडकर यांचा जन्मदिवस १४ एप्रिल १८९१चा काळ झपाट्याने निघून गेला; पण काळाच्या उरावर पाय देऊन आपल्या कर्तृत्वाचा ठसा उमटविला.

सूर्याच्या तेजाने मानवमात्राच्या शरीरात ज्याप्रमाणे ऊर्जा निर्माण होते. तशीच ऊर्जा या महामानवाने आपल्या कर्तृत्वाच्या तेजाने समाजात निर्माण केली. आज संपूर्ण मानवतावादी समाज या तेजोमय प्रकाशात स्वतःला प्रस्थापित करण्याचा प्रयत्न करीत आहे.

डॉ. बाबासाहेब आंबेडकर हे सामाजिक परिवर्तनाचा विचार मांडणारे आणि त्या दृष्टीने समाज परिवर्तन घडवून आणणारे महान विचारवंत होते म्हणूनच त्यांना महान सामाजिक विचारवंत म्हणून संबोधण्यात येते. हजारो वर्षांच्या कालावधीत अनेक संतांनी आणि समाजसुधारकांनी समाज परिवर्तन करण्यासाठी चालत असलेल्या रूढी, परंपरा व विषमता, वाईट बाबींना बदलण्याचा प्रयत्न केला; पण कुणालाही पूर्णतः यश प्राप्त झाले नाही. समाज परिवर्तनाच्या या प्रक्रियेत सर्वांत धाडसी व अधिक यशस्वी पाऊल डॉ. बाबासाहेब आंबेडकरांनी उचलले. त्यांनी भारतीय समाजाला परिवर्तनाची नवी दिशा दिली. देशातील विषमता व गरिबी दूर करण्याकरिता डॉ. बाबासाहेबांनी समाजवादी अर्थव्यवस्थेचा पर्याय सुचविला. बाबासाहेब एका समाजाचे नेते नव्हते, एका जातीचे नेते नव्हते. या देशाच्या पांडित्याचे ते प्रतीक होते. त्यांच्यामुळेच या देशाची घटना लिहिली गेली आहे. भारताची घटना बाबासाहेबांनी लिहिली ही या देशाकरिता सगळ्यात मोठी अमूल्य अशी भेट आहे. ९ डिसेंबर १९४६ला घटना समितीची पहिली बैठक झाली. या घटना समितीची एकूण ११ अधिवेशने झाली. घटना मसुदा तयार करताना ११४ दिवस बाबासाहेबांनी खर्ची घातली. घटना मसुद्यात ३९५ कलमे आठ परिशिष्टे बाबासाहेबांनी घातली. ७ हजार ३६५ उपसूचना आल्या होत्या. त्या प्रत्येक उपसूचनांचा

अभ्यास करून, बाबासाहेबांनी २ हजार ४७३ उपसूचना चर्चेसाठी स्वीकारल्या. त्यातून निर्माण झालेली घटना बाबासाहेबांनी या देशाच्या हातात दिली. या घटनेत सामाजिक लोकशाहीला महत्त्व दिले. सामाजिक लोकशाही म्हणजे स्वतंत्र, समता आणि बंधुता ही तीन तत्त्वे एकमेकांपासून वेगळी केली, तर लोकशाहीचे जीवनसत्त्व नष्ट होईल. समतेपासून स्वातंत्र्याला वेगळे करता येणार नाही. स्वातंत्र्यापासून समतेला वेगळे करता येणार नाही. त्याप्रमाणे स्वतंत्रता आणि समता यांना बंधुत्वापासून वेगळे करता येणार नाही आणि विश्वबंधुत्वाशिवाय स्वातंत्र्य, समता व न्याय योग्य मार्गाने जाणार नाहीत.

बाबासाहेबांनी देशाची एकता व अखंडता कायम अबाधित राहावी म्हणून घटनेच्या माध्यमातून समाजपयोगी कायदे केले. इतकेच नव्हे, तर सर्वांना सामावून घेण्याची शक्ती निर्माण करून प्रत्येक नागरिकाला समता, स्वातंत्र्य व न्याय या मूलभूत तत्त्वांचा घटनेच्या सरनाम्यात उल्लेख करून सर्वांना समान संधी उपलब्ध करून दिली आहे. प्रत्येक नागरिकाला आपल्या धर्माप्रमाणे आचरण करण्याचे स्वातंत्र्य दिले आहे म्हणूनच आज भारत देशामध्ये विविधतेतून एकता नांदत आहे. आपला देश वर्तमानातून भविष्याकडे झेप घेत आहे.

डॉ. बाबासाहेब आंबेडकरांच्या या महान विचाराला वंदन करून समता व सामाजिक न्याय वर्षाचे उद्दिष्ट साध्य करू या...

२००३ हे वर्ष 'शुद्ध जल वर्ष' म्हणून घोषित

वाढती लोकसंख्या, जंगलतोड, औद्योगिकीकरण, वाहतुकीच्या साधनात झालेली वाढ यामुळे पर्यावरणाचे संतुलन बिघडत चालले आहे व त्याचा परिणाम पर्जन्यावर झालेला दिसून येतो. दिवसेंदिवस पावसाचे कमी होत जाणारे प्रमाण; त्यामुळे भूगर्भ जल पातळीखाली गेली आहे. पाण्याच्या अनिर्बंध उपशामुळेही पाण्याच्या पातळीवर विपरीत परिणाम झाला आहे, त्यामुळे पाणीटंचाई सारख्या भीषण समस्यांना मानवाला तोंड द्यावे लागत आहे आणि म्हणून वाचन-लेखन साक्षरतेबरोबरच जलसाक्षरताही झाली पाहिजे.

संयुक्त राष्ट्र संघाने २००३ हे वर्ष 'शुद्ध जल वर्ष' म्हणून घोषित केले होते. पाण्याचे वाढते महत्त्व, वाढते उपयोग, या मुद्द्यांवर जलसाक्षरता मोहीम राबविणे नेहमीच इष्ट ठरेल. जागतिक आरोग्य संघटनेने १९८१मध्ये ३४ व्या परिषदेमध्ये सुरक्षित व संसर्गरहित पाणी पुरविणे ही आरोग्यदायी जीवनाची गुरुकिल्ली आहे, असे म्हटले होते.

भारतात एकूण पाण्याची उपलब्धता ही पर्जन्यमान व हिमसृष्टी या स्रोतांवर

अवलंबून आहे. गेल्या काही दशकात पाण्याच्या उपलब्धतेबाबत फारसा बदल झालेला नाही. मात्र, विविध प्रकारे विविध कारणांसाठी पाण्याचा उपयोग करणाऱ्या लोकसंख्येत मात्र मोठ्या प्रमाणात वाढ झालेली आहे, त्यामुळे दर माणशी उपलब्ध पाणी या निकषावर आपला देश पाणीटंचाई असलेल्या देशांच्या गटामध्ये येण्याची शक्यता आहे. त्याचबरोबर वाढत्या औद्योगिकीकरणामुळे पाण्याची व विजेची वाढती मागणी व त्यामुळे मोठ्या प्रमाणात भूगर्भातील पाण्याचा उपसा व जलविद्युतनिर्मिती केंद्र मोठ्या प्रमाणात वाढत आहे. एकेकाळी सिंचन प्रकल्प म्हणून बांधली गेलेली धरणे पाण्याच्या अतिवापरामुळे पेयजलासाठी आरक्षित ठेवण्याची परिस्थिती २१ व्या शतकात निर्माण झाली आहे, अशी परिस्थिती सर्वत्र निर्माण होण्यापूर्वी जलसाक्षरता वाढविणे क्रमप्राप्त आहे.

जलसाक्षरता मोहीम ही संपूर्ण समाजाची मोहीम व्हावी, ती केवळ शासन स्तरापर्यंत मर्यादित राहू नये. यासाठी निरनिराळ्या शाळा, महाविद्यालये, विद्यापीठे, स्वयंसेवी संस्था इत्यादींना पुढाकार घ्यावा लागेल. अशा जलसाक्षरतेचा सर्वांत अधिक भर हा लहान मुले-मुली, महिला वर्ग व शेतकरी अशा तिघांवर असावा. कारण लहान मुलांना पाण्याचे महत्त्व पटले की, भविष्यात कित्येक दशके त्याचा उपयोग होऊ शकतो. महिलांमध्ये जल साक्षरता ही पुढील पिढीपर्यंत सहज पोहोचेल व शेतकऱ्याच्या जागरूकतेमुळे अपव्यय होणारे पाण्याचे प्रमाण कमी होण्यास मदत होईल.

भूगर्भातील पाण्याचा साठा दिवसेंदिवस कमी होत आहे, त्यामुळे निसर्ग नष्ट होण्याची शक्यता निर्माण झाली आहे म्हणून प्रत्येक व्यक्तीने पाणी जपून वापरणे गरजेचे आहे.

आंतरराष्ट्रीय खगोलशास्त्र वर्ष इ.स.२००९

२००९ हे वर्ष आंतरराष्ट्रीय खगोलशास्त्र वर्ष म्हणून घोषित...

युनेस्को आणि आंतरराष्ट्रीय खगोलशास्त्र संघटना (आय.ए.यू.) यांनी २००९ हे वर्ष 'आंतरराष्ट्रीय खगोलशास्त्र वर्ष' म्हणून जाहीर केलेले आहे. जगातील १९५ राष्ट्रांपैकी भारतासह १३५ राष्ट्रे या कार्यक्रमात सहभागी झालेली आहेत.

इ.स.२००९ हे वर्ष 'आंतरराष्ट्रीय खगोल शास्त्र वर्ष' म्हणून जाहीर करण्याचे कारण म्हणजे इ.स.१६०९ या वर्षी इटलीतील वैज्ञानिक गॅलिलिओ गॅलिली यांनी सर्वप्रथम भिंगाच्या दुर्बिणीतून अवकाशाचे निरीक्षण केले. त्यातून आधुनिक खगोलशास्त्राची सुरुवात झाली. या घटनेस इ.स.२००९मध्ये ४०० वर्षे पूर्ण होत आहेत. त्यानंतर भव्य

दुर्बिणी तयार केल्या गेल्या. त्यात सुधारणाही होत गेल्या. दुर्बिणीचा शोध लागल्यानंतर खगोलशास्त्र हा 'कूट प्रश्न' राहिला नाही. नित्य नव्या साधनांनी घेतला जाणारा विश्वाचा वेध खरोखरीच अपूर्व आहे.

गॅलिलिओ हे आधुनिक प्रायोगिक विज्ञानाचेही जनक मानले जातात. निरीक्षणाद्वारे व प्रयोगांनी सृष्टीतील घटनांचा व चमत्कारांचा तर्कशास्त्र अर्थ लावण्यास त्यांनी प्रारंभ केला.

दुर्बिणीद्वारे आपल्या सूर्यमालेतील गुरू ग्रहाचे चार उपग्रह त्यांनी शोधले. त्यांनी गुरूभोवती एक प्रदक्षिणा पूर्ण करण्यासाठी या उपग्रहांना किती काळ लागतो, हेदेखील त्यांनी निश्चित केले. आता गुरूचे बासष्ट उपग्रह शोधले गेले आहेत. त्या काळात उपग्रहांचे निरीक्षण ही गोष्ट सर्वांना नवीन होती. आयओ युरोप, गॅनिमेड आणि कॅलिस्टो हे गुरूचे सर्वांत मोठे उपग्रह 'गॅलिलियन सॅटेलाइट्स' म्हणून ओळखले जातात. दुर्बिणीच्या मदतीने त्यांनी, बुध, शुक्र या आंतरग्रहांच्या 'कलांचे'देखील निरीक्षण केले होते, तसेच काळ्या काचेच्या मदतीने दुर्बिणीद्वारे सूर्यावरील डागांचे सर्वप्रथम निरीक्षण केले.

तत्कालीन काळात परंपरावादी लोकांना गॅलिलिओची तर्कशास्त्र मते पटली नाहीत. रोम येथील धार्मिक न्यायालयात त्यांच्यावर खटला चालवला गेला. 'सूर्याभोवती पृथ्वी व ग्रह फिरत आहेत' ही त्यांची कल्पना शपथेवर मागे घेण्यास भाग पाडले गेले. भयंकर शिक्षाही झाली. आयुष्याची शेवटची ९ वर्षे त्यांना त्यांच्या घरातच बंदिस्त केले होते.

'आंतरराष्ट्रीय खगोल वर्ष' म्हणून साजरे करण्यामागे ठरवलेली उद्दिष्टे पुढीलप्रमाणे आहेत.

१) जगात विज्ञानविषय जागृती निर्माण करणे.
२) विज्ञान विषयाला अधिक मदत व सुधारणा करणे.
३) आधुनिक खगोलीय ज्ञान मिळविणे व अवकाश निरीक्षणाच्या संधी उपलब्ध करून देणे.
४) विज्ञानाचे तंत्रज्ञान जगासमोर आणणे.
५) आकाश निरीक्षणासाठी राखीव ठेवलेल्या भागांचे संवर्धन व रक्षण करणे.

आंतरराष्ट्रीय कडधान्यांचे वर्ष : २०१६

कडधान्यांचे मानवी आहारातील आणि कृषी विज्ञानातील महत्त्व लक्षात घेऊन संयुक्त राष्ट्रसंघ (युनो) ने २०१६ हे वर्ष 'आंतरराष्ट्रीय कडधान्यांचे वर्ष' म्हणून घोषित

केले आहे. युनोची अन्न व कृषीसंबंधी कार्य करणारी एक उपसंघटना (एफएओ) याबाबत प्रसार करण्यासाठी कटिबद्ध आहे. डाळींचा उपयोग आरोग्यसंपन्नतेसाठी करून स्वास्थ्यपूर्ण जीवन जगावे, यासाठी २०१६मध्ये 'आंतरराष्ट्रीय कडधान्यांचे वर्ष' साजरे करण्यात येत आहे.

तुरीची डाळ पोषकद्रव्यांनी, प्रथिनांनी परिपूर्ण आहे. कोलेस्टेरॉल शून्य आहे. डाळीत पुरेसे फायबर (तंतुमय घटक) व मानवी शरीराला गरज असणारी अनेक खनिजद्रव्ये आहेत. डाळीचे बरेच प्रकार असून, त्यातील प्रत्येक डाळ विविधगुणसंपन्न आहे. रोजच्या चौरस आहारासाठी गरजेची प्रथिने डाळीतून भरपूर मिळतात.

जगातील लोकांनी आहारातील द्विदल धान्यांचे महत्त्व ओळखा व त्यांचा उपयोग आरोग्यासाठी करून स्वास्थ्यपूर्ण जीवन जगावे, हा हे वर्ष साजरा करण्याचे उद्देश आहे. भारतातून हरभरा, तूर, उडीद, चवळी, वाटाणा, पावटा, मटकी, मूग, मसूर, कुळीथ अशी मुबलक कडधान्ये निर्माण होतात. यामध्ये द्विदल असणारे शेंगदाणे व सोयाबीन नाही. कडधान्यांमध्ये गळिताची धान्ये समाविष्ट होत नाहीत. जगात सर्वांत जास्त कडधान्यांचे विशेषतः मसूर डाळीचे उत्पादन करणारा देश म्हणजे भारत.

प्रत्येक प्राणीमात्राला प्रतिदिन जेवढी प्रथिने आवश्यक असतात. त्यांच्या निदान २० टक्के त्याला कडधान्यांमार्फत २०२० पर्यंत मिळावीत, असे 'ग्लोबल पल्स कॉन्फिडरेशन'चे उद्दिष्ट आहे. शरीराच्या प्रत्येक किलोग्रॅम वजनासाठी प्रतिदिन ०.८० ग्रॅम प्रोटीनची गरज असते. याचा अर्थ, ६० किलो वजनाच्या व्यक्तीला रोजी ४८ ग्रॅम प्रोटीन आवश्यक आहे.

कडधान्यात गव्हाच्या दुप्पट, तांदळाच्या तिप्पट प्रथिने असतात. १०० ग्रॅम कडधान्यांमध्ये साधारण २५ ग्रॅम प्रथिने, ५० ते ६० ग्रॅम कर्बोदके, १ ते ३ ग्रॅम मेदाम्ले व ३५० कॅलरी असतात. डाळीत कॅल्शियम, पोटॅशियम, आयर्न (लोह), झिंक, फॉस्फरस, कॉपर व मॉलिब्डेनम इत्यादी खनिजद्रव्ये असतात, त्यामुळे जगाला भेडसावणारी बालकांच्या कुपोषणाची समस्या सोडवायला मदत होईल.

कडधान्यांना शास्त्रीय भाषेत 'लेग्युमिनस प्लँट' म्हणतात. या वनस्पतींच्या मुळांवर ज्या गाठी असतात, त्यावर सहजीवनाच्या तत्त्वावर रायझोबियम वर्गीय जीवाणू वाढतात. ते हवेतील नायट्रोजन वायूचे स्थिरीकरण करतात. प्रत्येक नायट्रोजनच्या अणूसाठी सहा इलेक्ट्रॉन्स गोळा करून, त्यापासून अमोनिया बनवण्याची ही कमालीची गुंतागुंतीची प्रक्रिया केवळ खास जीवाणूंमुळे पार पडते. अशा जीवाणू खतांमुळे जमिनीची उत्पादनक्षमता वाढते, हे लक्षात घेऊन शेतकरी तृणधान्याच्या पिकात जाणीवपूर्वक द्विदल वनस्पतींचे मिश्र पीक घेतात.